Chikhristu ndi Chilengedwe

Oyika pamodzi ndi Fulata L. Moyo ndi Martin Ott

Buku la Mvunguti no. 10

CLAIM/MABUKU

Christian Literature Association in Malawi

Blantyre

2003

Mabuku a Mvunguti,
P.O. Box 1037, Zomba, Malawi
email: kachere@sdnp.org.mw
www.sdnp.org.mw/kachereseries/

Mabuku ena a Mvunguti ndi:

Silas Ncozana, *Sanga: Mtsogoleri wa Sinodi ya Blantyre Mumpingo wa CCAP*

Steven Paas, *English Chichewa – Chinyanja Dictionary*

Janet Y. Kholowa ndi Klaus Fiedler, *Pachiyambi Anawalenga Chimodzimodzi*

Patrick Makondesa, *Moyo ndi Utumiki wa Mbusa ndi Mai Muocha a Providence Industrial Mission*

Janet Y. Kholowa and Klaus Fiedler, *In the Beginning God Created them Equal*

David Mphande, *Nthanthi za Chitonga Zakusambizgiya ndi Kutauliya*

Janet Y. Kholowa ndi Klaus Fiedler, *Mtumwi Paulo ndi Udindo wa Amayi Mumpingo*

Edwin D. Roels ndi ena, *Mayankho Odalirika – Answers to Live By*

Zacharias Ursinus ndi Caspar Olevianus, *Katekisma wa Heidelberg – Heidelberg Catechism*

Kuthokoza

Ntchito yosindikiza bukuli inatheka chifukwa cha a Chilwa Wetland and Catchment Area Management Project amene anatipempha kuti tilembe bukuli ndiponso anapereka ndalama zogwirira ntchitoyi. Zinthuzi zonse zinajambulidwa ndi a Chilwa Wetland and Catchment Area Management Project. Tikuthokoza mwapadera a Singatiya Mabuwa a ku Kachere Series amene anatidziwitsa za kafukufuku ameneyu. A Patrick Makondesa a ku Kachere Institute amene anagwira ntchito yowadziwitsa a matchalitchi ndi anthu amene anabwera ku Msonkhano wapadera wa mmene bukuli lingagwiritsidwire ntchito.

A Bungwe la matchalitchi m'Malawi (MCC), Bungwe la Episikope la Matchalitchi a Katolika (ECM), matchalitchi a Pentecostal ndi Charismatic (CHAPEL) ndi matchalitchi onse ozungulira Balaka, Zomba, Chiradzulu ndi Phalombe chifukwa cha maganizo awo abwino amene anaperekedwa okhudza bukuli.

Tikuthokoza a GTZ chifukwa cha thandizo la ndalama zomwe zathandiza kuti bukuli lipulintidwe.

Pomaliza kwa a Klaus Fiedler ndi onse agwira ntchito mu Kachere Series chifukwa cha ntchito yabwino yotayipa bukuli. Ambuye achikondi akudalitseni

Fulata Moyo ndi Martin Ott
Zomba, August 2003

Zamkati

Mawu Oyamba

Mchaka cha 1992 kunali msonkhano waukulu wokhudza chilengedwe ku Rio de Janeiro ku Brazil komwe atsogoleri a za Mawu a Mulungu anagwirizana kuti kuonongeka kwa chilengedwe kumawakhuza ngakhale iwo amene. Anavomereza kuti iwo ngati anthu okhudzidwa ndi za Mawu a Mulungu akhala akubweretsa chisokonezo chifukwa cha mmene akhala akufotokozera Mawu a Mulungu makamaka amene amapezeka pa Genesis 1:26, 28. Mavesi amenewa akhala akugwiritsidwa ntchito ngati ofokozera kuti anthu ndife eni ake a chilengedwe ndipo tikhoza kugwiritsa ntchito chilengedwechi monga momwe tingafunire. Bukuli lalembedwa ndi cholinga choti vuto loononga chilengedwe lithe pakati pa Akhristu muno m'Malawi.

Pafupifupi mabuku onse amene amagwiritsidwa ntchito, mmasukulu a za Mawu a Mulungu m'Malawi ndi olembedwa mChingerezi. Koma pozindikira kuti m'matchalitchi anthu amapemphera m'zinenero zosiyanasiyana m'Malawi muno, mabuku a Mvunguti amalembedwa mzinenero zosiyanasiyana m'Malawi muno. Buku la "**Chikhristu ndi Chilengedwe**" lalembedwa m'Chichewa pozindikira kuti ena mwa anthu amene aligwiritse ntchito amalankhula Chichewa. Lalembedwa ndi cholinga chothandiza kuti olalikira mmipingo athandizike paulaliki wawo kuti aziganiziranso za chilengedwe. Kodi Mawu a Mulungu akunena chiyani pa Chilengedwe? Kumbuyoku pakhala mauthenga ambiri okhudza chilengedwe koma nthawi zambiri aKhristu akhala asakuganizira kwambiri za chilengedwechi. Bukuli ndilofunikira kwambiri pankhani ya chilengedwe ndi chifukwa chake liti lidzatumizidwe ku mipingo yosiyanasiyana ya m'Bungwe la Mipingo m'Malawi (MCC), Bungwe la Episkope la Katolika m'Malawi (ECM), Bungwe la Mipingo ya Chipentekost (CHAPEL) ndi mipingo yina yonse.

Bukuli lili ndi mitu isanu yolembedwa ndi aphunzitsi asanu a chigawo cha za Mawu a Mulungu (Department of Theology and Religious Studies) ku Chancellor College. Mutu woyamba wa "**Chilengedwe**" ndi maphunziro a Baibulo okonzedwa ndi mbusa Dr Felix Chingota. Mbusayu akufotokozera za umodzi wathu ndi chilengedwe ndi kufunikira kwake kuti tidalirane ndi kusamalira chilengedwe. Mutu wachiwiri, "**Ndipo Mulungu Adaona kuti zinali Bwino**" analemba Dr Hilary Mijoga. Iwo akufotokozera pa nkhani ziwiri zofotokozera za momwe Mulungu analengera dziko la pansi ndi kumwamba ndi zonse zilimo. Mulungu atalenga zonse iye anawona kuti zinali bwino. Mutu wachitatu, "**Ndine Wosauka, Sindingateteze Chilengedwe: Akhristu a ChiMalawi ndi Mavuto awo ndi Chilengedwe**" wolembedwa ndi Dr Martin Ott. Mutuwu ukufotokozera za momwe anthu ambiri a m'Malawi amasiya kusamalira chilengedwe chifukwa cha umphawi. Dr Ott akutilimbikitsa aMalawi kuti ngakhale wosauka ali ndi udindo - akhoza kubzyala mtengo ndi kuthirira tsiku ndi tsiku. Mutu wachinayi, "**Mulungu wa Mphamvu zonse ndiye Mulengi, Msungi ndi Mwini Chilengedwe Chonse: Malingaliro Ochokera pa Masalimo 24:1-10**", Wolemba ndi Mayi Fulata Moyo, akufotokozera momwe chiyanjano cha anthu ndi Mulungu chimathandizira kuti munthu azindikire kuti mwini wake wa chilengedwe ndi Mulungu. Chizindikiro chimenechi chimayenera kutithandiza kuti tisamalire chilengedwe.

Mutu wachisanu, "**Zavuto la Kuonongeka kwa Chilengedwe m'Malawi muno**" wolembedwa ndi Rev Dr J.C. Chakanza ukufotokozera za momwe chilengedwe chaonongekera. Iwo akutsimikizira Akhristu kuti udindo wosamalira chilengedwe ndi wawo ndipo ayenera kutengapo mbali.

Mubukuli tapereka chitsanzo cha zachilengedwe cha mu Chilwa Wetland and Catchment Area (Balaka, Zomba, Chiradzulu, Machinga ndi Phalombe) ngati chitsanzo chabe koma bukuli liyenera kufalikira kwa onse m'Malawi muno chifukwa vutoli silakummwera kokha ayi koma konse komwe kuli chilengedwe m'Malawi.

Dziko la Malawi: Chigwa cha Mtsinje wa Shire

Chilengedwe: Maphunziro a Baibulo

Felix L. Chingota

Mutu 1: Umodzi wa anthu

Mawu olingalira: Masalimo 133: 1-3

Kulongosolera

Wolemba Salmo limeneli akuonetsa chimwemwe chake. Chinthu chimene chikumusangalatsa ndi mwayi woti abale akhale pamodzi. Pamene abale akhala pamodzi Mulungu amapereka madalitso. Mawu a Mulungu pena akunena kuti "Sibwino kuti munthuyu akhale yekha" (onani Genesis 2:18) ndipo akulu amati "Kali kokha n'kanyama, tili tiwiri n'tianthu."

Mafunso

a. Pezani mawu ena amkuluwiko onena za umodzi monga: "Zinapangana zinaulukira pamodzi" kapena "Yangeyange adaphetsa kangaude."

b. Werengani mawu onena za umodzi opezeka m'Baibulo pa Amosi 3:3; Mlaliki 4:9-12.

c. Werengani Genesis 2:21-23. Kodi pali china chimene chilunzanitsa mwamuna ndi mkazi?

d. Tchulani ubwino wokhalira pamodzi.

Mutu 2: Kulunzanitsidwa pakati pa munthu ndi nthaka

Mawu olingalira: Genesis 2:4-7 (onaninso 1 Akorinto 15:47)

Kulongosolera

Pa Genesis 2:4-7 akukambapo za mmene Mulungu adapangira munthu. Ndi nthaka yonyowa imene inawolowetsedwa ndi madzi ochokera m'nthaka ngati kasupe, Mulungu adaumba munthu. Kenaka Mulungu adauzira mpweya wopatsa moyo m'mphuno za munthuyo ndipo adakhala wamoyo. Nchifukwa chaketu Paulo akungoti "Adamu woyamba uja anali wochokera ku dothi anali wapansipano" (1 Akorinto 15:47).

Mulungu amapereka madalitso pamene anthu akhalira limodzi

Munthudi ndi wochokera ku nthaka chifukwa thupi lake lonse limamangika pamodzi ndi chakudya komanso chakumwa zochokera m'nthaka. Suja munthu amaonda ngati ataya madzi ndi kutsegula kwa m'mimba kapena ngati sadya chakudya! Pofuna kutsindika kuti munthu ndi wochokera ku nthaka Mulungu adamuuza munthu kuti "Udachokera ku dothi udzabwereranso ku dothi komweko"(Genesis 3:19).

Mafunso

a. Kodi nyama za mthengo, mbalame ndi nsomba zidachokera kuti? (onani Genesis 2:19).

b. Werengani Genesis 1:29–30 Kodi pali kusiyana kulikonse pakati pa nyama zakuthengo ndi munthu pa zakudya zomwe Mulungu adapereka? Izi zitiphunzitsa chiyani za munthu ndi nyama?

c. Kodi munthu ndi wochokera ku dothi basi? (onani Gen 2:7).

Mutu 3: Kutopa

Mawu olingalira: Eksodo 20: 8-11; Levitiko 25:1–38.

Kulongosolera:

Taona pa mutu wachiwiri uja kuti munthu akufanana kwambiri ndi nthaka ndi zolengedwa zina zonse. Munthu ndi wochokera ku nthaka, nazonso zamoyo zina zonse zidachokera ku nthaka komweko. Kuonjezera apo chakudya chimene Mulungu adampatsa munthu ndi chomwechonso chimene Mulungu adapereka kwa nyama za kuthengo ndi mbalame.

Pa ndime zapamwambazi tionanso kuti munthu afananso ndi nthaka munjira ina. Chauta adapumula pa tsiku la Sabata. Choncho adalamulira munthu kuti azipuma pa tsiku la Sabata. Lamuloli lidali lothandiza munthu, kuti popeza munthu amatopa, nayenso ayenera kupumula kuti apezenso mphamvu zatsopano.

Pa Levitiko mutu 25 Mulungu akupereka lamulo lopumulali kwa nthakanso. Monga momwe munthu ayenera kupuma nthakanso iyenera kupuma. Wolemba Levitiko 25 akuitenga nthaka ngati chinthu chamoyo chimene chimatopanso.

Mafunso

a. Kodi nthaka ndi chinthu cha moyo? (onani mawu oti, kubala pa Genesis 1:20, 24; Aroma 8:22)

b. Mu nyimbo ya fuko lathu pali mawu oti "Mayi Malawi" Kodi mawuwa amatanthauza chiyani?

c. Tchulani mawu ena osonyeza kuti nthaka ili ngati chinthu chamoyo.

Mutu 4: Kudalirana

Mawu olingalira: 1 Akorinto 12:20-26; Genesis 3:9-18; Hoseya 1:14-23.

Kulongosolera

Taona kale m'mbuyomu kuti anthu ndi amodzi. Pa 1 Akorinto gulu la anthu likufanizidwa ndi thupi limodzi. Ziwalo za thupi ndi zosiyanasiyana, koma zimathandizana. Diso limadalira dzanja. Mutu nawonso umadalira mapazi. Chifukwa cha kudalirana kumeneku ndiye kuti dzanja likavulala diso limasaukanso, chimodzimodzi mapazi akavulala kuti satha kugwira ntchito mutu ndi thupi nazonso zimasauka.

Taonanso kuti munthu, nthaka ndi zinyama zonse zamoyo ndi zimodzi. Chotero nazonso zimadalirana. Suja, tchimo la Adamu ndi Hava lidapangitsa kuti nthaka itembereredwe. Pamene Mulungu adalonjeza kukhululukira ana a Israyeli ndi kuika mwa iwo ungwiro, chilungamo, chikondi chosasinthika, chifundo ndi kukhulupirika (Hoseya 2:19-20) zotsatira zake zinali umodzi pakati pa anthu ndi nyama zonse (ndime 18); ndi mtendere pakati pa anthu (ndime 18) komanso mvula idzayamba kugwa ndipo nthaka idzaberekanso zakudya (ndime 21-22).

Mafunso

a. Tchulani ndime zina za m'Baibulo zimene zionetsa kudalirana pakati pa anthu, komanso pakati pa anthu ndi nthaka kapena nyama zonse zamoyo.

b. Muganiza kuti kudaliranaku nkofunika chifukwa chiyani?

c. Taperekani njira zimene kudaliranaku kumaoneka.

Mutu 5: Munthu ndiye Gwero la zonse

Mawu olingalira: Masalimo 72 ndi 144

Kulongosolera:

Mawu a Mulungu a pa Genesis 3:9-18 ndi Hoseya 2:14-23 akutionetsa kuti munthu ndiye ali ndi mphamvu yoonongera umodzi pakati pa iye munthu ndi nthaka, komanso ali ndi mphamvu kuti akhoza kusamalira umodzi umenewu. Nthaka ili ngati mbale wa munthu ndipo kukhalirana nayo pamodzi ndi madalitso ndithu (onani Masalimo 133). Koma ngati munthu sakhalirana bwino ndi nthaka ubalewu umaonongeka. Paja akulu anati "Dombolo nkuombolana" ndiponso "Uchembere nkudyerana." Mu ubale umenewu munthu ndiye ali ndi ufulu komanso udindo wosunga ndi kusamalira ubalewu. Munthu ali ndi ufulu wosintha nthaka. Koma kusinthaku kukhoza kukhala koononga kapenanso kopulumutsa.

Mafunso

a. Werengani Masalimo 72 ndi 144. Kodi ndi chifukwa chiyani m'dziko mudzakhale dzinthu zochuluka (Masalimo 72:16)? Kapena nkhokwe kudzala ndi nkhosa kuswana (Masalimo 144:13)?

b. Kodi mumaganiza kuti tchimo ndi chiyani?

Mutu 6: Zikhulupiriro zoononga

Mawu olingalira: Genesis 1:26-29; Luka 12:13-21

Kulongosolera:

Taona kuti munthu ndiye ali ndi ufulu womanga kapena kupasula umodzi pakati pa iye ndi nthaka. Ntchito za munthu zikhoza kupasula kapena kumanga. Koma ntchitozi gwero lake ndi zikhulupiriro zomwe munthuyo amakhala nazo zokhudzana ndi nthaka.

a. Anthu ambiri amakhulupirira kuti chuma ndi moyo. Pa nkhani yotereyi Ambuye Yesu adati "Pajatu ngakhale munthu akhale ndi chuma chochuluka chotani, chumacho sichingatchinjirize moyo wake" (Luka 12:15). Pokhulupirira kuti moyo wa munthu ndi chuma, chotsatira chake munthu amafunafuna kudzionjezerabe chuma. Pochita izi munthu samaganiza kuti nthaka imene ili chuma chake njokutha, amayesa kuti idzakhalapobe mpakana kalekale.

b. Komanso anthu anadziunjukira chuma pokhulupirira kuti nthaka inaikidwa kuti *iwatumikire*. Mwinatu anthu amakhulupirira kuti mawu amene apezeka pa Genesis 1:28 oti "mudzadze dziko lonse lapansi ndi kumalilamulira" maka mawu oti "kumalilamulira" akupereka ulamuliro kuti dziko lonse lapansi limtumikire munthu. Chotsatira chake munthu wapanga makina amphamvu kuti amuthandize kugonjetsa dziko kuti lizimutumikira. Ndi maganizo oterewa nthaka simaonedwanso ngati kanthu ayi. Amene amaoneka kuti ndi wofunikira koposa ndi munthu osati nthaka ayi chifukwa nthaka ndi "kapolo" chabe yotumikira munthu ndi zofuna zake.

Zikhulupiriro ziwiri zimenezi – kuti moyo ndi chuma, ndipo pofuna kukhala ndi moyo munthu azidziunjikiraunjikirabe chuma chimene amati nchosatha ndi zimene zikuononongetsa chilengedwe. Mwinatu maganizo a mtundu uwu amachokera pa fundo ija yoti munthu adalengedwa m'chifanizo cha Mulungu (Gen 1:28). Choncho munthu ndi mutu wa chilengedwe popeza adamlenga pomalizira (Gen 1:1-31) kapenanso kuti iyeyu ndi chithimethime cha chilengedwe popeza kuti zolengedwa zina zinkalengedwa momzungulira iye (Gen 2:4-17). Koma tikudziwa kuti chilichonse cholengedwa ndi chakutha. Mulungu yekha ndiye ali wamuyaya. Komanso tikudziwa kuti chuma si moyo ayi. Mawu a Mulungu akuti "Sitidatenge kanthu polowa m'dziko lino lapansi, ndipo sitidzatenganso kanthu potulukamo" (1 Timteo 6:7).

Mafunso

a. Anthu ambiri amanena kuti chilengedwe nchofunika kuchisamalira chifukwa chimathandiza moyo wa munthu monga kupeza mankhwala ndi zina. Kodi ichi ndi chifukwa chabwino?

b. Anthu enanso amati chilengedwe monga maluwa, mapiri, nyama zimakongoletsa dziko, choncho maluwa ndi zina zisaonongedwe. Kodi ichi ndi chifukwa chabwino?

c. Anthu enanso amati chilengedwe chisaonongedwe poti tikaononga, ana athu adzapeza mavuto. Kodi ichinso ndi chifukwa chokwanira?

Mutu 7: Adamu uli pati? (Wosungitsidwa chuma cha Mulungu)

Mawu olingalira: Genesis 2:4-17

Kulongosolera:

Taona m'mbuyomu kuti munthu ndi nthaka ali amodzi. Komanso taona kuti gwero la kuononongeka kwa chilengedwe ndi zikhulupiriro zimene anthu ali nazo polingalira za ubale wa munthu ndi nthaka. Tsono funso ndi loti: munthu ali pati pa nkhani imeneyi ya ubale ndi nthaka? Kodi munthu azidziona ngati ndani tikamakamba za ubale wake ndi nthaka? Pano pali ziyerekezo zingapo. Pa mutu

7 uno tikambapo chiyerekezo chimodzi choti munthu ndi wosungitsidwa chuma ndi Mulungu. Pa mitu 8 ndi 9 ndidzakamba za ziyerekezo zina ziwiri.

Wosungitsidwa

Munthu ali ndi ntchito yosunga nthaka. Mawu a Mulungu akuti "Dziko lapansi ndi zonse zam'mwamba ndi za Chauta, dziko lonse lapansi pamodzi ndi anthu onse okhalamo ndi ake" (Masalimo 24:1). Tsono Mulungu wamusungitsa munthu nthakayi. Ndiye kuti Mulungu amakhulupirira munthu kuti amusungire bwino nthakayi ndi kuti pa nthawi yake adzambwezera. Koma podikirira nthawi imeneyi munthu ali ndi ufulu kugwiritsa ntchito nthakayi. Choncho Mawu a Mulungu pa Gen 1:28 anenetsadi kuti munthu alamuliredi nthaka kuti imutumikire. Koma polamulira nthaka chotere munthu akumbukire kuti nthaka si yake. Ichi chidzapangitsa munthu kugwiritsa ntchito nthaka ndi mtima wodzichepetsa komanso wodziletsa.

Pamene tikukambanso kuti munthu alamulire nthaka modzichepetsa ndi kudziletsa tifuna kutsindika kuti munthu ali ndi mphamvu komanso udindo. Koma mphamvu zimenezi munthu ayenera kuzigwiritsa ntchito *pamodzi* ndi Mulungu. Mawu a Mulungu akuti Mulungu adaika munthu m'munda wa Edeni kuti azilima ndi kumawusamalira (Gen 2:15). Pano pakuonetsa kuti Mulungu adafuna kuti apitirize ntchito yolenga dziko pothandizana ndi munthu. Mphamvu zimene munthu ali nazo sizoti azilamulira nazo nthaka kokha ayi komanso kuti mothandizana ndi Mulungu amalize ntchito yachilengedwe. Ili ndilo tanthauzo loti munthu analengedwa m'chifanizo cha Mulungu.

Munthu, tsono ali ndi ulamuliro pa zolengedwa zonse pokhapokha ngati agwiritsa ntchito mphamvu zakezo *pamodzi ndi Mulungu*. Ndipo ngati munthu agwiritsa ntchito mphamvu zake popanda Mulungu pamenepo chilengedwe chidzatembereredwa.

Mutu 8: Adamu uli pati? (kupitiliza): Wothandizana naye wa nthaka

Mawu olingalira: Genesis 2:4-7

Kulongosolera:

Kodi mudaonapo mmene madokotala amagwirira ntchito fupa la mwendo likathyoka? Iwo amangoika pamodzi mbali ziwiri za fupalo, ndipo mbali ziwirizi zimalumukizana *zokha*. Nthawi zinanso chilonda chimapola *chokha* popanda kuikapo mankhwala. Chilengedwe tsono chili ndi njira yakeyake yodzisamalirira.

Wolemba bukhu la Mlaliki akuti "Pansi pano chinthu chilichonse chili ndi nyengo yake .... Pali nthawi yobzala ndi nthawi yozula zobzalazo (Mlaliki 3:1-2). Mulungu ndiye adaika dongosololi m'chilengedwe "motero kuti .... anthu azimvera" (Mlaliki 3:14).

Polingalira za dongosolo limeneli la chilengedwe tiona zinthu zisanu ndi chimodzi:

i.. ziwalo za chilengedwe zimadalirana. Zimachita ngati thupi la munthu. Maso aona mkango ndipo adziwitse bongo. Bongo nalo lilamulira miyendo kuti munthu athawe. Zili chimodzimodzinso ndi mphweya. Anthu ndi nyama popuma zimatulutsa mphweya woipa pa moyo wa munthu. Koma mphweya umenewu umagwiritsidwa ntchito ndi mitengo pokopnza chakudya chao. Pokonza chakudya chimenechi mitengo nayonso imatulutsa mphweya umene uli wabwino pa moyo wa munthu ndi nyama. Choncho mu mlengalenga muli mphweya wa mitengo ndi wa anthu ndi nyama. Kuchuluka kwa mphweya woyenera mitengo kuyenera kufanane ndi kuchuluka kwa mphweya woyenera anthu ndi nyama. Zikatero ndiye kuti anthu, nyama ndi mitengo zikhala ndi moyo. Mulungu adaika dongosolo la mtundu umenewu mu mlengalenga.

ii.. Kachiwiri tiona kuti chilengedwe chimadzisamalira chokha. Tapereka zitsanzo za fupa lothyoka ndi chilonda. Thupi liyenera kukhala langwiro, koma ngati chiwalo china chivulala thupi limachita chotheka kukonzanso chovulalacho.

iii. Fundo yachitatu ndi yoti chilengedwe sichamuyaya ayi. Monga taona kale ngati munthu ndi nyama zichotsa mphweya mu mlengalenga, mitengo imabwezeramo mphweyawo ikamaphika chakudya chao pogwiritsa ntchito mphweya umene munthu ndi nyama zimatulutsa. Koma ngati mitengo itha ndiye kuti mphweya woyenera pa moyo wa anthu ndi nyama udzathanso. Monga anthu amanena "Moyo ndi wobwereka," chifukwa tidalira mphweya wa mitengo kuti tikhale ndi moyo.

iv. Kachinayi, taonanso kuti munthu ali ndi gawo kuti mphweya uchuluke. Kuonongeka kwa nthaka ndi vuto limene gwero lake ndi munthu. Mwachitsanzo chuma cha dziko lapansi anthu sitichigawana bwino. Ena ndi osauka ndi ena ndi olemera. Anthu osauka ndi umphawi wawo amadula mitengo kuti apeze makala ogulitsa, ndipo anthu olemera amagula makala aja pa mtengo wotsika. Poteropo amaonjezera umphawi wa anthu osauka. Choncho kuonongeka kwa nthaka ndi vuto la *anthu onse.* Dziko ndi nyumba ya anthu onse.

v. Kachisanu, ndi kofunika kutsindika kuti njira ya chilengedwe ndi yoikidwa ndi Chauta. Choncho cholengedwa chilichonse chili ndi ulemelero wake, chili ndi *ufulu wake wachibadwidwe*. Ufulu wa chibadwidwe si wa munthu yekha, ayi komanso ngakhale mitengo ndi miyala. Mulungu atamaliza kulenga adaona kuti zonse zimene adazilengazo zinali zabwino kwambiri (Gen 1:31). Apa zitanthauza kuti madzi, maudzu, miyala, mapiri zinali zabwino monga zolengedwa za Mulungu. Izo sizinali zabwino chifukwa cha munthu, ayi. Koma zinali zabwino pamaso pa Mulungu. Chifukwa cha chimenechi chilengedwe chiyenera kulemekezedwa osati chifukwa cha munthu ayi, popeza nayenso ndiye wolengedwa yemwe.

vi. Munthu ndi chiwalo cha chilengedwe chonse. Munthuyu monga chiwalo chimene chili ndi ufulu wachibadwidwe chiyenera kugwira ntchito yake mwakuti chisamalirenso ufulu wa chibadwidwe wa zolengedwa zina zonse chifukwa zonse n'zodalirana.

Mafunso

Talingalirani Genesis 1:1-27 ndi Genesis 2:4-17. Pa Genesis 1:1-27 munthu ali ngati mutu wa chilengedwe, ndipo pa Genesis 2:4-17 munthu ali ngati chithimethime cha chilingedwe chonse.

Munthu

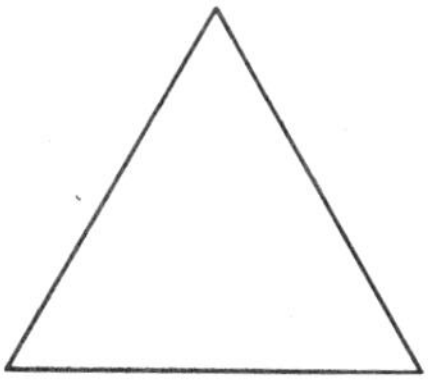

Munthu, mutu wa Chilengedwe chonse

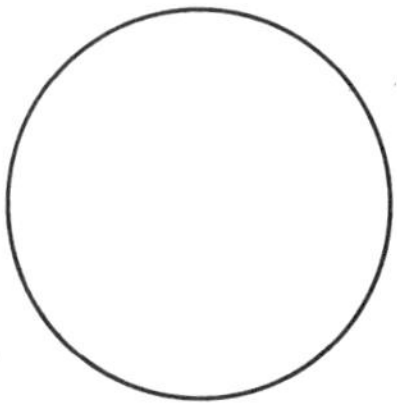

Munthu chithime cha chilengedwe

Kodi munthu ayeneradi kukhala malo amenewa?

Mutu 9: Adam uli pati? (kupitiliza): Wansembe wa chilengedwe)

Mawu olingalira: Masalimo 19:1-4; Genesis 1:1-2:3

Kulongosolera:

Mulungu atamaliza kugwira ntchito yake yolenga zakumwamba ndi zadziko lapansi adapuma pa tsiku lachisanu ndi chiwiri (Sabata), ndipo anakondwera ndi ntchito ya manja ake. Ndiye kuti chilengedwe chidaikidwa osati chifukwa cha munthu koma chifukwa cha Mulungu. Mulungu wapereka ulemelero kwa zolengedwa zonse (monga taona). Komabe Mawu a Mulungu akuti Mulungu sadzapereka ulemelero wake kwa aliyense (Yesaya 42:8). Chifukwa chake chilengedwe chonse chiyenera kubwezera ulemelero kwa Mulungu: "Zakumwamba zimalalika ulemelero wa Mulungu .... Liwu lawo silimveka konse, komabe uthenga wawo umafikira pa dziko lonse lapansi" (Masalimo 19:1-3).

Ngati liwu lachilengedwe silikumveka tsono ndi udindo wa munthu kuimba nyimbo yolemekeza Mulungu poyamba popeza kuti iye mwini ndi wolengedwa, komanso m'malo mwa zolengedwa zonse zimene liwu lawo silimveka.

Pamene chilengedwe chimalalika ulemelero wa Mulungu chilengedwecho chikhala ngati sakramento imene ili chidzindikiro chooneka ndi maso chimene chisindikiza ulemelero wa Mulungu. Ndiye kuti palibenso chinthu chimene chili chawamba kapena chakunja. Zonse zisandulikano kukhala zoyera za Mulungu. Zoyera za Mulungu si zokhazo zimeme zili m'Nyumba ya Mulungu, komanso ngakhale zina zimene sizili m'Nyumba ya Mulungu. Ngati zili tero ndiye kuti Nyumba ya Mulungu si yokhayo yomangidwa ndi anthu koma kwenikweni Nyumba ya Mulungu ndi dziko lonse lapansi, ndipo munthu ndi wansembe wotumikira m'nyumba mmenemu ndi kumapereka kwa Mulungu nsembe za chiyamiko ndi zolemekeza Mulungu. Nsembe zimenezi ndizo chilengedwe chonse.

Mwinatu chilengedwe chikuonongeka chifukwa munthu wagawa chilengedwecho. Mbali ina ya chilengedwe ili m'nyumba ya Mulungu ndipo ndi yoyera. Koma mbali ina ili kunja kwa nyumba ya Mulungu, ndipo munthu amagwiritsa ntchito mbali imeneyi popanda mantha. Koma chofunika ndicho kudziwa kuti chilengedwe chonse ndi choyera ndipo chili m'nyumba ya Mulungu.

Ntchito ina ya wansembe ndiyo kupereka nsembe zopepesera machimo. Tanena kuti chilengedwe chonse chiyenera kubwezera ulemelero kwa Mulungu chifukwa ichi ndi choyera. Koma tikudziwa kuti chilengedwechi pakadali pano sichili changwiro konse (onani Genesis 3-4). Pali mikangano yosiyanasiyana monga pakati pa amayi ndi abambo; pakati pa olemera ndi osauka; pakati pa anthu ndi nthaka. Chilengedwe chiyenera kuchiritsidwa kuti chikhale chapumphu. Tsono ponena kuti chilengedwe ndi "sakramento", *chizindikiro* chooneka ndi maso chosindikiza ulemelero wa Mulungu tifuna kunenanso kuti chilengedwechi chikuperewera pa ulemelero wa Mulungu.

> "Zolengedwa zonse zikudikira molakalaka kuti Mulungu aonetse ana ake poyera. Pakuti zolengedwazo zidaasanduka zogonjera zopanda pake .... Koma zili ndi chiyembekezo ichi chakuti izozo zidzamasulidwa ku ukapolo wa kuwola ndi kulandiranso ufulu ndi ulemelero wa ana a Mulungu. Tikudziwa kuti mpaka tsopano zolengedwa zonse zakhala zikubuula ndi kumva zowawa .... Tsonotu si zolengedwa zokhazi zikubuula ai. Komanso ngakhale ifenso amene tili ndi mphatso zoyamba za Mzimu Woyera tikubuula mu mtima podikira kuti Mulungu atilandire ngati ana ake ndi kupulumutsa matupi athu omwe" (Aroma 8:19-23).

Ndime imeneyi ikuonetsa kuti pakadali pano chilengedwe chikubwezera ulemelero kwa Mulungu mosakwanira chifukwa chasanduka zogonjera zopanda pake. Koma patsogolo chikadzamasulidwa mu ukapolo chidzapereka ulemelero wokwanira. Choncho chilengedwe chiyenera nthawi zonse kumasinthika kuchoka ku ulemelero kupita ku ulemelero (2 Akor 3:18). Ndimeyinso ikuonetsa kuti chipulumutso sichidzakhala cha munthu yekha komanso chidzakhala cha nthaka ndi zolengedwa zonse. Nkosatheka Mulungu kupulumutsa munthu popanda kupulumutsanso nthaka chifukwa munthu ndi wochokera m'nthaka.

Mutu 10: Mawu omaliza

Nkhani yakula masiku ano ndi yofuna kudziwa kuti munthu ndi nthaka aziyanjana bwanji? Pali ubale wa mtundu wanji pakati pa munthu ndi nthaka? Chinthu chimodzi taphunzira ndi choti nthaka iwonongeka ngati munthu adzipatula yekha nkudziyesa wopambana koposa nthaka. Maganizo oti munthu yekha ndiye woposa ndipo nthaka iyenera kumutumikira iye ndiwo aononga chilengedwe.

Munthu adayenera kudziona yekha ngati wosungutsidwa chuma cha Mulungu. Nthaka ndi yake ya Mulungu ndipo afuna kuti nthakayo ipereka ulemelero kwa Iye Mulungu. Pakadali pano nthaka ikupereka moperewera ulemelero kwa Mulungu. Nchifukwa chake munthu akupemphedwa kulima nthaka kuthandizana ndi Mulungu kuti aonjole nthaka ku ukapolo. Ntchito ya mtundu uwu ndi yofanana ndi ija ya wansembe. Koma munthu akugwira ntchitoyi mothandizana ndi Mulungu. Munthu sakungothandizana ndi Mulungu kokha ayi, komanso akuthandizana ndi chilengedwe chonse chifukwa Mulungu adaika dongosolo lakelake mkati mwa nthaka kuti munthu amvere Mulungu (Mlaliki 3:14). Nthaka ili ndi ufulu wakewake wa chibadwidwe. Choncho munthu athandiza ... Mulungu pamene athandizana ndi nthaka kuti nthakayo pamodzi ndi munthu zibwezere ulemelero kwa Mulungu. Mawu ofunika pano ndiwo *kuthandizana ngati amodzi*. Munthu ndi nthaka athandizana ngati amodzi kupereka ulemelero kwa Mulungu. Sipafunikanso kuti munthu atengere makhalidwe olamulira nthaka, koma ayenera kukhala ndi makhalidwe ofuna kuthandizana ndi chilengedwe podziwa kuti munthu adachokera ku nthaka komweko.

Maganizo oterewa athandiza kuti tipewe kumasiyanitsa munthu ndi nthaka. Pamene Mawu a Mulungu akutchula za mpumulo wa munthu nthakanso zikutchulidwa pamodzi (Levitiko 25:2-55). Monga mmene anthu ndi nyama ziyenera kupuma pa tsiku lachisanu ndi chiwiri nayonso nthaka iyenera kupuma pakutha pa zaka zisanu ndi ziwiri zili zonse. Pa Genesis 9 ndime 10, 12, 15, 16, 17 Mulungu akuchita pangano osati ndi anthu okha *komanso* ndi nthaka. Ngati ndi tero munthu ayeneradi kusamalitsa nthaka imene afuna kuipulumutsa.

Ndipo Mulungu Adaona kuti Zinali Zabwino

Hilary B.P. Mijoga

1. Mawu oyamba

ChiYuda chimavomereza ndi kugwiritsa ntchito Chipangano Chakale, pamene ChiKhristu chimavomereza ndi kugwiritsa ntchito Chipangano Chakale ndiponso Chipangano Chatsopano. Apa zikuonetsa kuti zipembedzo ziwiri zimenezi zimavomereza ndi kugwiritsa ntchito Chipangano Chakale. Muchilingariro chino, ndiyamba ndi Chipangano Chakale kuti tione chimene chimanena pa nkhani yachilengedwe. Mawu akulu pachilingalirochi ndi akuti: "Ndipo Mulungu adaona kuti kunali kwabwino." (Genesis 1:25)

2. Mbiri ya kalengedwe ka zinthu

Mawu akuti: "Ndipo Mulungu adaona kuti zinali zabwino" akupezeka m'buku loyamba la m'Chipangano Chakale. Bukuli ndi Genesesi (Genesis). Buku la Genesesi lili ndi nkhani ziwiri zokhudza kalengedwe ka zinthu. Nkhanizi zikupezeka m'mitu iwiri yoyambirira ya bukuli. Munkhani yoyamba (Gen 1:1-2:3), tikumva kuti Mulungu adalenga kumwamba ndi dziko lapansi, "Pachiyambi Mulungu adalenga kumwamba ndi dziko lapansi" (Gen 1:1). Izi zikutionetsa kuti Mulungu ndi mlengi wa zonse. Muchilingariro chino, nkhani yayikulu ndi yokhudza "dziko lapansi." Dziko lapansi ndi limene likutikhudza chifukwa ndi pamene tikukhala. Choncho, dzikoli ndi lomwe likusunga ndi kudyetsa miyoyo yathu.

Chinthu chofunika kwambiri padziko lapansili ndi *madzi*. Izi zikuonekera poyera m'nkhani yachilengedweyi pamene tikuona kuti pambuyo potchula kumwamba ndi dziko kapansi, tikumva zakupezeka kwa madzi. Tikumva za nyanja yayikulu yomwe inali ponseponse, "ndipo Mzimu wa Mulungu unkayendayenda pamwamba pa madziwo" (Gen 1:2). Ngati zinthu zili chonchi ndiye kuti madzi ndi wofunika kwambiri, chifukwa Mulungu yemwe akuwagwiritsa ntchito. Mwachidule, tinganene kuti madzi analipo kuchokera pachiyambi pachilengedwe. Chochititsa chidwi chinanso munkhaniyi ndi chakuti sitikuuzidwa za kalengedwe ka madziwa. Tikungouzidwa kuti madzi anali ponseponse pamwamba padzikoli. Ichi nchifukwa chake tikuti Mulungu mwini akukhudzidwa ndi kupezeka kwa madziwa.

Pambuyo pamadzi, zinthu zina zikubwera. Zinthu izinso ndi zofunikira chifukwa ndi gawo la zomwe Mulungu adazilenga. Ndi zoona kuti zinthu izinso zinali zabwino pamaso pa Mulungu. Apa mpamene mawu athu aja akubwera: "Ndipo Mulungu adaona kuti zinali zabwino." Zinthu zimene tikukamba panozi ndi izi: *kuyera* (Gen 1:3), *dziko* (Gen 1:9), *nyanja* (Gen 1:10), *zomera* (Gen 1:11-12), *nyama za m'madzi* (Gen 1:20-21), *mbalame* (Gen 1:20-21), *nyama za mitundumitundu* (Gen 1:21), *nyama zokwawa* (Gen 1:24), *nyama zakuthengo* (Gen 1:24-25), *munthu* (Gen 1:26-27). Atalenga zonsezi, "Mulungu adaona kuti zonse zimene adalengazo zinali zabwino kwambiri" (Gen 1:31). *Zonse* zinali zonkomera Mulungu, ndipo zonsezi zikupezeka padziko lino lapansi lomwe Mulungu adalilenga. Izi ndi zimene tikulingalira mchilingariro chino.

Zinthu zonsezi zinalengedwa kuti munthu azigwiritse ntchito. Koma, kugwiritsa ntchito zinthu zimenezi sikunangobwera popanda udindo wina uli wonse. Munthu anayikidwa pakati pa zinthu zolengedwazi ngati kapitawo woyang'anira (Gen 1:26, 28-30). Kukhala kapitawo sikusonyeza kuti munthuyo ndi mwini wa ntchitoyo, koma kuti munthuyo ndi mtumiki chabe, koma wa udindo. Udindo umenewu unapatsidwa ndi chikhulupiriro kuti munthuyo adzagwira ntchitoyi mokhulupirika ndiponso motsata malamulo. Udindo umenewu ndi mphoto yake, kapena tinene kuti malipiro ake. Pankhani yathuyi, munthuyu wapatsidwa mwayi kuti akhoza kumadya zina mwa zinthu zomwe akuziyang'anirazo (Gen 1:29-30). Iyi ndi mphoto yake pa ntchito yomwe akuyigwirayo. Choncho, poyang'anira zolengedwa za Mulungu, munthu wapatsidwa mwayi woti azidzipezera zosowa zake, monga chakudya. Komanso ngati munthu sasamalira zolengedwazi, ndiye kuti sakutha udindo wake, komanso ndiye kuti sadzapeza zosowa zake. Ngati munthu sangapeze zosowa zake, ndiye kuti moyo wake udzakhala wovutika. Ndiye pamenepa mpofunika kusamala mmene munthu amagwiritsira ntchito zinthu zomwe Mulungu amamupatsa kuti aziyang'anire. Zinthu zimene munthu anapatsidwa kuti azisamale ndi zinthu zomwe zinali zabwino pamaso pa Mulungu (Gen 1:31).

Mwachidule, nkhani yoyamba ya kalengedwe ka zinthu ikutiphunzitsa zina mwa zinthu izi:

i. Mulungu anasangalatsidwa ndi zomwe analenga. Choncho ndi pofunika kuti anthu achite chimodzimodzi. Kusangalatsidwa ndi zolengedwa za Mulungu sikutanthauza kuziwononga zinthuzo, koma kuzisunga ndi kuzilera.

ii. Munthu anapatsidwa udindo woyang'anira zolengedwa za Mulungu. Udindowu unapatsidwa chifukwa Mulungu anamkhulupirira munthuyo kuti adzagwira ntchitoyo bwinobwino. Choncho munthuyo anasanduka mtumiki wa Mulungu. Mtumiki sakhala mwini ayi - mwini wake ndi Mulungu.

iii. Pokhala mtumiki, munthu ali ndi mwayi wogwiritsa ntchito zinthu zomwe akuziyang'anira. Chakudya ndi chinthu chimodzi mwa zinthu zimenezi (Gen 1:29). Kupatsidwa mwayi kapena ufulu sikutanthauza kuti chinthucho ndi chako. Apa tiyenera kusamalira mmene tingagwiritsire ntchito mwayi kapena ufulu womwe tapatsidwa.

Nkhani yachiwiri yokhudza kalengedwe ka zinthu ikupezeka mu Genesis 2:4-25. Panonso, Mulungu ndiye analenga zonse. Monga munkhani yoyamba ija, *madzi* akutchulidwa poyamba. Tikumva kuti, "koma madzi amatuluka m'dziko kumathirira nthaka" (Gen 2:6). Apa zikungowonetsa kufunikira kwa madzi polinganiza ndi chilengedwe cha Mulungu. Kenaka tikumva za kulengedwa kwa munthu. Munthu adalengedwa kuchokera ku nthaka, pakuti tikumva kuti, "Chauta adatenga dothi panthaka, ndipo adaumba munthu ndi dothi" (Gen 2:7). Apa zikuonetsa kuti umoyo wamunthu umadalira nthaka. Izi zikungowonetsa kufunika kwa nthakayi. Chifukwa cha munthuyu, "Chauta adatsekula munda" (Gen 2:8). Mundawu unatsekulidwa chifukwa cha Munthuyu. Mmundamu, "Chauta adameretsa mitengo yokongola ya zipatso zokoma" (Gen 2:9). Pa chifukwa ichi, mundawu unatsekulidwa kuti munthu apeze chakudya. Mundawu sunangoperekedwe chabe ayi. Munthuyo anayenera kuwusamala. Kusamalira kukutanthauza kusamalira zonse zimene zinali mmenemo, monga mitengo, nthaka, nyama, madzi, mbalame. Sikuti mitengo yonse kapena nyama zonse zingagwiritsidwe ntchito ngati chakudya ayi, zinazo ndi zokongola poziona. Izinso ziyenera kutetezedwa chifukwa ndi gawo limodzi la mundawo.

Tikuwuzidwanso kuti mtsinje umatsirira mundawo (Gen 2:10). Apanso, tikuona kufunika kwa madzi. Munthu pamodzi ndi zonse zimene zinali mmundawu zimafuna madzi pa miyoyo yawo. Ndiye ngati madzi sagwiritsidwa bwino ntchito, sizimangokhudza munthu yekha ayi, komanso munda wonse ndi zonse m'mundawo. Ichi nchifukwa chake madzi ayenera kusamalidwa ndi kusungidwa bwino.

Nazale ya mitengo: Kusamalira chilenge monga Mulungu afunira

Kuchokera mnthaka, kunatulukanso "nyama zonse ndi mbalame zonse" (Gen 2:19), "ndi zamoyo zonse zakuthengo" (Gen 2:20). Zolengedwa zonse zinaperekedwa pamaso pa munthu kuti azipatse mayina. Kupereka dzina kumatanthauza kukhala ndi mphamvu pa chinthucho. Apa ndiye kuti Mulungu akupereka mphamvu kwa munthu pa zolengedwa zake. Umenewu ndi udindo ndi ulemu wapadera kwa munthu. Munthu ayenera kunyadira zimenezi. Udindo umenewu ukubwera ndi ntchito yosamalira zinthu zimenezi. Zowonadi, nyama zakuthengo, mbalame, ziweto zimadalira munthu mnjira zosiyanasiyana. Kudalira uku sikutanthauza kuti zinthuzi ziwonongedwe ayi.

Mwachidule, dziko lapansi lomwe Chauta adalenga muli zinthu ngati izi, munthu, mitengo, ziweto, nyama zakuthengo, nsomba, mbalame. Pakati pa zinthu zonsezi pali munthu amene wapatsidwa udindo woyang'angira zinthu zonsezi. Udindo umenewu waperekedwa pomukhulupirira munthuyo. Pa chifukwa ichi, munthu ayenera kuyankha pa maso pa Mulungu pa zomwe wachita ndi zolengedwa zake.

Pa nkhaniyi, tikhoza kutolapo maphunziro angapo, monga:

i. Monga momwe tinaonera munkhani yoyamba ija dziko ndi lolengedwa ndi Mulungu. Izi zikusonyeza kuti dzikoli silathu ayi. Pa Chichewa timati, "Chako nchako" kutanthauza kuti chinthu chikakhala chako, ukhoza kuchigwiritsa ntchito monga ungafunire. Koma pano, dzikoli silathu, ndiye sitingachite nalo monga momwe tifunira.

ii. Munthu analengedwa kuchokera ku nthaka. Izi zikutanthauza kuti umoyo wathu umadalira nthakayo. Choncho tiyenera kuteteza nthaka kuti umoyo wathu upitirire. Mwachidule, nthaka ndi moyo wathu. Pa chifukwa ichi, moyo wathu umadalira nthakayo.

iii. Mitengo inalengedwa kuti ithandize moyo wa munthu. Kuwononga mitengo kutathauza kuwononga moyo umenewu. Moyo umenewu sichakudya chokha ayi, koma sayansi imatiphunzitsa kuti mphweya womwe timapumawu umatsukidwa ndi mitengo. Tikawononga mitengo, nchachidziwikire tonse tidzafa.

iv. Munthu anayikidwa mmunda wa Edeni kuti awusamalire. Posamalira mundawu, anapatsidwanso mwayi woti azipeza chakudya kuchokera mmundawo. Ngati mundawu susamalidwa, ndiye kuti munthu sadzapeza chakudya. Pa moyo watsiku ndi tsiku, timadziwa kuti tikasamala bwino munda wathu ndiye kuti tidzakolola dzinthu zambiri.

v. Nyama zakuthengo, mbalame, nsoma, ziweto ndi mbali imodzi ya zolengedwa za Mulungu. Zonsezi zili ndi ufulu wokhala ndi moyo monga munthu alili. Kukhala ndi ufulu wokhala ndi moyo kufunika kusamala moyowo. Sinyama zonse tingadye ayi, zina ndi zokongoletsa dziko. M'dziko mwathu muno tili ndi malo osungira nyama. Anthu amapita kumeneko kukaona nyamazi. Alendo amene amabwera kudzaona nyamazi amabweretsa ndalama zomwe zimathandiza pa chitukuko chadziko. Iyinso ndi njira imodzi yomwe tingapindule posamalira nyama zathu zakuthengo.

vi. Madzi ndi chinthu chimodzi chofunika pa zolengedwa za Mulungu. Kuti malo akhale anthaka pafunika madzi. Dera la Lake Chirwa silingakhale dera la nyanja popanda madzi. Nthaka ikakhala ndi madzi, pamamera mitengo, pamakhala nyama zosiyanasiyana, mbalame, ndi munthu yemwe amakhalapo. Zonsezi zimadalira madziwa. Nkoyenera kuti tisamalire madzi popeza zolengedwa zonse za Mulungu zimafuna madzi amenewa.

Tikayerekeza nkhani ziwiri za kalengedwe ka zinthu, tikuona zinthu zosiyanasiyana, kuti Mulungu adalenga dziko (nthaka) ndi zonse zimene zimapezeka mmenemo. Munthu adapatsidwa udindo woyang'anira zinthu zimenezi. Udindo umenewu ukukhudza kuyang'anira zinthu ngati, madzi, mitengo, mbalame, nsomba, nyama zakuthengo, chifukwa zonsezi ndi zolengedwa za Mulungu. Zinthu zimenezi ziyenera kusamalidwa ndi kutetezedwa. Palibe chomwe chingakhale ndi moyo popanda chinzake, ndipo izi zikuphatikiza munthu amene.

3. Kuwononga zolengedwa za Mulungu

Pali njira zingapo mmene zolengedwa za Mulungu zikhoza kuwonongekera. Mwa njira zimenezi, titchulapo njira ziwiri zokha. Njira yoyamba ndi kupyolera mwa Mulungu mwini. Timamva monga, za chigumula cha Nowa, imfa ya anthu opembedza mafano ndi wosakhulupirira Mulungu wa a Israeli. Chiononongeko chonsechi chinali ntchito yake. Mwachidule, chiononongekochi chinali njira yopangira chilengedwe chatsopano. Chilengedwe chatsopano chimabweretsa moyo wina watsopano. Tsono, kuononga ndi njira yolenganso. Njira yachiwiri ndi kupyolera mwa munthu. Chitsanzo chabwino ndi chija chakuphedwa kwa Abele ndi mbale wake Kaini. Kuwonongekaku sikunali ndi cholinga. Uku kunabwera chifukwa cha nsanje, komanso kusasamala udindo wathu. Kaini anafunsa, "kodi ndi ntchito yanga kusamala mng'ono wanga?" (Gen 4:9) Funsoli likusonyeza kuti Kaini anali kuthawa udindo wake. Ngakhale anatetezedwa ndi Mulungu, Kaini analangidwa pa tchimo lomwe analichita. Izi zikuonetsa kuti kusasamala udindo wathu kumabweretsa chilango. Chilango chimabwera mnjira zosiyanasiyana. Tikapha nsomba mosayenera, nsomba zitha mnyanja yathu, ndipo zikatero tidzavutika kupeza ndiwo ndiponso ndalama.. Tikadula mitengo mosasamala, tidzakhala ndi chipululu, nthaka idzakokoloka, ndipo madzi adzayamba kusefukira. Zonsezitu ndi zilango zomwe zingabwere ngati sitisamalira chilengedwe. Zilango zonsezi ndi zodzipatsa tokha chifukwa sitikufuna kutenga udindo wathu wosamalira zomwe Mulungu anatipatsa.

4. Chipangano chatsopano ndi chilengedwe

Chipangano Chatsopano sichikamba zambiri pa nkhani ya chilengedwe. Ngakhale tanena chonchi, pena ndi pena timamva zina zachilengedwechi. Izi kwenikweni zimapezeka m'zophunzitsa za Yesu. Mu Uthenga Wabwino wa Yohane, Yesu akudzitcha mbusa wabwino (Yohane 10:1-18); akuti ndiye mpesa (Yohane 15:1-11); iye ndi buledi wamoyo Yohane (6:35-39). Zonsezi zikukhudza zinthu zachilengedwe: nkhosa, mpesa, buledi. Zonsezi ndi zolengedwa ndi Mulungu. Apa zikuonetsa kuti mzophunzitsa za Yesu akugwirita ntchito za chilengedwe. Yesu sadakagwiritsa ntchito zinthuzi ngati zinthunzi zinalibe tanthauzo kapena sizinali zofunikira kwa omvera ake. Ngati zinthuzi zili zofunika kwa Yesu, ziyeneranso kukhala zofunika kwa ife amene timadzitcha Akhristu.

Poonjezera izi, zifanizo zambiri zimagwiritsa ntchito zinthu zachilengedwe, monga fanizo lofesa mbewu (Luka 8:4-15; Mateyu 13:3-23; Marko 4:1-20); fanizo la nansongole (Mateyu 13:24-30); fanizo la njere ya mpiru (Mateyu 13:31-32); mtengo wa mkuyu (Mateyu 21:18-20). Izi zikuonetsa kufunika kwa zinthuzi m'zophunzitsa za Yesu. Ngati Akhristu, zinthuzi ziyenera zikhale ndi tanthauzo kwa ife.

Ena mwa ophunzira a Yesu anali asodzi (Luka 5:1-11). Pamenepa ndiye kuti chizindikiro chansomba chili ndi tanthauzo. Akhristu oyamba pamene anali kuzunzidwa chifukwa cha chikhristu chawo, ankagwiritsa ntchito chizindikiro chansomba ngati chizindikiro cha Chikhristu. Mu chiGiriki liwu loti nsomba limayimirira mwachidule mawu awa: “Yesu Khristu Mwana wa Mulungu Mpulumutsi.” Izi zikuonetsa ntchito ya yikulu yomwe chizindikiro cha nsomba chinagwira mumbiri yachikhristu.

Si nsomba yokha imene ili ndi tanthauzo la Chikhristu. Madzi nawonso ali ndi mbali yawo. Ulaliki wa Yesu ku Galileya umachitika kwenikweni m'mbali mwa nyanja. Pamenepa ndiye kuti Yesu amaphunzitsa pafupi ndi madzi. Choncho madzi anagwira ntchito pa chiphunzitso chaYesu.

Powonjezera kugwiritsa ntchito zinthu zachilengedwe m'maphunziro ake, Yesu anakambako za udindo. Chitsanzo chosavuta ndi chija chafanizo la anthu antchito omwe anapatsidwa chuma/ndalama (Mateyu 25:14-30). Ndalamazi anayenera kuti apindule nazo, koma m'modzi wa antchitowa anaganiza zokumbira pansi ndalamazo. Pachifukwa ichi, ndalamazi sizinapindule. Wantchito ameneyu analandidwa zomwe anapatsidwa ndiponso analangidwa. Izi zikuonetsa kuti kugwiritsa bwino udindo wathu ndi kofunika. Izitu zikukhudzanso kusamalira zolengedwa za Mulungu, monga, nthaka, madzi, nsomba, mbalame, nyama za kuthengo, ziweto.

5. Malo ozungulira Lake Chilwa

Funso loti tingafunse pano ndi lakuti, kodi zonse takhala tikukambazi zikukhudza bwanji malo ozungulira Lake Chilwa? Pamwambapa takamba za kulengedwa kwa kumwamba ndi dziko la pansi. Padziko lapansi pali zinthu ngati izi, anthu, nthaka, madzi, nsomba, mbalame. Zonsezitu zinamsangalatsa

Mulungu pamene anazilenga. Tikafika ku malo ozungulira Lake Chilwa, kuli zinthu ngati izi, anthu, nthaka, madzi zomera, nyama, nsomba, mbalame. Monga momwe Mulungu anasangalalira ndi zinthu zimenezi, anthu okhala mozungulira dera limeneli ayeneranso kusangalala ndi zinthu zimenezi. Zinthuzi anazipereka kwa anthu okhala mdera limeneli. Inde anthuwa ayenera kudya zina mwa zinthu zimenezi, koma ayeneranso kukumbukira kuzisamalira zinthuzo. Posamala zinthu zimenezi, osayiwala madzi chifukwa moyo wa zonsezi, kuphatikiza wa munthu, umadalira madziwa. Ndiye mpofunika kusunga ndi kuwasamalira madzi pa chifukwa chimenechi. Udindo wosamalirawu ndi wathu ife Akhristu.

Taonanso kuti kuwononga zolengedwa za Mulungu kumabweretsa chilango. Kodi chilango chake nchotani tikamaganizira za malo ozungulira Lake Chilwa? Kupha nsomba mosasamala kutanthauza kuti mawa sitidzakhala ndi nsoma. Izi zidzakhudza chakudya chathu komanso ndalama zimene anthu amapeza akagulitsa nsombazi. Tikapha mbalame mosasamala, sitidzakhalanso ndi mbalame inali yonse. Kodi dziko lopanda mbalame lingakhale dziko lotani? Tikaonoga mitengo, tidzakhala ndi chipululu ndipo nthaka idzakhala yopanda phindu. Kusamalira nsomba, mbalame, zomera, nthaka ndi mbali imodzi ya chikhristu chathu. Tikalephera kusamala zimenezi ndiye kuti talepheranso chikhristu chathu. Mongoyerekeza kokha deralitu likhoza kukhala munda wa Edeni. Tili ndi mitsinje, madzi, nsomba, nyama, zomera, mbalame. Kodi tifuna chiyaninso? Anthu okhala mdera limeneli ayenera kunyadira chifukwa chokhala m'munda wa Edeni! Munthu anayikidwa m'mundamu kuti asamalire mundawu. Uwu ndi udindo umene unaperekedwa kwa anthu okhala malo ozungulira Lake Chilwa.

Mchipangano Chatsopano, timamva kuti Yesu anasankha ena mwa ophunzira ake kuchokera kwa asodzi. Izi zikusonyeza kufunika kwa anthu omwe amakhuzidwa ndi nsomba. Taonanso ntchito imene chizindikiro chansomba chinagwira nthawi yomwe Akhristu oyamba amazunzidwa chifukwa cha chikhristu chawo. Lake Chilwa ndi madera onse ozungulira nyanjayi amatchuka ndi nsomba zomwe zimapezeka kumeneku. Izi ndi nsomba zimene Yesu anagwiritsa ntchito m'zophunzitsa zake. Yesu anagwiritsanso ntchito zomera m'maphunziro ake. Choncho nsomba ndi zomera sizakudya zokha ayi, komanso ndi zinthu zimene zingagwiritsidwe ntchito pophunzitsa. Apatu zikuonetsa kuti Akhristu ayenera kuziganizira zinthu zimenezi. Ngati Yesu anaona kufunika kwa zimenezi, ifenso ngati Akhristu tiyenera kutsata zomwezo. Ngati Mulungu anaona kuti zinthuzi zinali zabwino kwambiri, ifenso Akhristu tiyenera kuzinyadira popeza ndife amene tinapatsidwa udindo wozisamalira.

Zipangano zonse (Chakale ndi Chatsopano) zikuonetsa kufunika kwa udindo. Zinthu zinalengedwa kuti munthu azigwiritse ntchito. Koma kugwiritsa ntchito kukubweranso ndi udindo. Akhristu ayenera kusamalira zolegedwa za Mulungu. Tiyenera kusamalira nsomba, madzi, mbalame, nyama, zomera. Zonsezi zikupezeka malo ozungulira Lake Chilwa. Tikatero, tidzakwaniritsa udindo wathu ngati Akhristu.

6. Titani?

Zinthu zonse zinaperekedwa kuti tizigwiritse ntchito. Izi ndi zinthu monga dziko, nthaka, madzi, nsomba, mbalame, nyama, ndi mitengo. Tikapanda kusamalira zinthuzi, tidzachita chiyani mawa? Ndi udindo wathu kusamalira zomwe Mulungu anatipatsa m'chikhulupiriro. Udindowu ndi mbali imodzi ya Chikhristu chathu. Tikaononga zinthuzi ndiye kuti sindifenso anthu okhulupirika. Tsono ngati Akhristu, tiphunzire kusamala chilengedwe chifukwa umenewu ndi udindo wathu. Tidzalephera chikhristu chathu ngati tinyalanyaza udindo wathu umenewu. Mulungu adaona kuti zinthu zonse zinali bwino kwambiri, nchifukwa chake anatipatsa udindo wosamala zinthu zimenezo. Tikalephera kuzisamalira ndiye kuti talepheranso udindo wathu ngati Akhristu. Choti tidziwe ndi ichi kuti chomwe tingachite lero chidzakhudza ana athu mawa. Ana athu adzafuna dziko labwino, nthaka yabwino, nyanja yokhala ndi madzi abwino ndi nsomba, malo okhala, mbalame, mitengo. Kuti zonsezi ana athu adzazipeze, tiyenera kugwiritsa bwino udindo wathu ngati Akhristu omwe Mulungu anatipatsa, udindo woyang'anira zolengedwa zake. Izi ndi zomwe tingachite!

Mafunso oti tilingalire

i. Ngati Akhristu, tikuganiza kuti ndi chifukwa chiyani Yesu anagwiritsa ntchito zinthu zachilengedwe m'maphunziro ake?

ii. Ngati Akhristu, tingamve bwanji ngati nsomba zonse zitatha mu Lake Chilwa?

iii. Chingachitike ndi chiyani ngati Lake Chilwa itadzadza ndi mchenga chifukwa chokokoloka kwa nthaka?

iv. Ngati Akhristu, chimene chimapangitsa kuti malo ozungulira Lake Chilwa akhale munda wa Edeni ndi chiyani?

v. Ngati Akhristu, chingakulepheretseni kusamala malo ozungulira Lake Chilwa ndi chiyani?

vi. Ndi chifukwa chiyani Mzimu Woyera amamuonetsa ngati mbalame?

vii. Ndi chifukwa chiyani Akhristu oyamba aja amagwiritsa ntchito chizindikiro cha nsomba?

viii. Ngati mbalame ili chizindikiro cha Mzimu Woyera ndipo nsomba chizindikiro cha Chikhristu, tipange chiyani ife Akhristu kuti titeteze ndi kusamalira zinthu zimenezi?

ix. Ngati anthu osunga zolengedwa za Mulungu, udindo wathu ndi wotani ngati Akhristu posamala zolengedwazi?

x. Kodi munthu akatisungitsa kanthu, zimenezi zimatanthauza kuti kanthuko ndi kathu?

Ndine Wosauka Sindingateteze Chilengedwe: Akhristu a chiMalawi ndi Mavuto awo ndi Chilengedwe

Martin Ott

Zaka makumi asanu zapitazo (50), ku nyanja ya Chilwa kunali mitengo yayikuluyikulu. Asodzi amatha kusema mabwato aakuluakulu kuchokera ku mitengo yayikuluyikulu yomwe inkamera kuzungulira nyanja ya Chilwa. Pano mitengo yayikulu siikupezeka pafupi. Mabwato nawo amene akupangidwa pano ndi ang'onoang'ono okha chifukwa mitengo yayikulu inatha. Anthu amene amayenera kusamalira chilengedwechi amangoti, "kaya, palibe chimene tingachite. Zinthu zavuta basi!"

Zaka makhumi awiri zapitazo, nyanja ya Chilwa inali ndi nsomba zazikuluzikulu. Asodzi amatha kugwira nsomba zokwanira kudyetsa mabanja awo mosavutika, koma lero nsomba zimapezeka movutikira, ndiponso zimangopezeka zazing'onozing'ono. Koma anthu amangoti, "Nanga titani? Zinthu zavuta basi!"

Zaka makumi awiri zapitazo, amayi amapeza nkhuni mosavutika samafunika kuyenda mtunda wautali kuti apeze nkhunizi. Koma pano amayenda nthawi yayitali asanapeze nkhuni. Koma kuwafunsa kuti chachitika ndi chiyani? Amangoti, "Kaya zinthu zili choncho basi."

Pamene anthu afunsidwa kuti, kodi angachite chiyani kuti ateteze mitengo kapena nsomba, iwo amayankha: "Ife ndife anthu osauka. Timafuna nkhuni ndi nsomba, ndipo sitingathe kusamalira chilengedwe." Izi zingakhale zoona, koma kodi awa ndi mawu amene tinganenepo pa nkhaniyi? Kodi anthu osauka, ngakhalenso ali Akhristu, kodi ali ndi ufulu woti iwo sangathe kuteteza chilengedwe? M'mutu uno tiona za chilengedwe kuchokera ku malamulo a chikhalidwe ndi mmene Akhristu ayenera kuyang'anirapo pa nkhani imeneyi.

Tipeza mayankho ku mafunso awa:

- Kodi ndingachite chiyani kuti ndipulumutse chilengedwe?
- Kodi ndingayembekezere chiyani kuchokera kwa ine ndemwe, kuchokera ku mudzi, ndi ku boma?

- Kodi chikhulupiriro changa cha chikhristu chikhudzidwa bwanji ndi zolengedwa komanso chilengedwe.

Tiyeni tiganizire ntchito za anthu atatu a ku Malawi amene amakhala ku nyanja ya Chilwa. Anthu awa ndi Yohane, wodula mitengo ku phiri la Zomba, Gladys, mayi amene amakhala ku mudzi wina kwa Jali ndi MacPherson, msodzi wa kunyanja ya Chilwa.

Yohane, wodula mitengo ku phiri la Zomba

Tsiku lili lonse amanyamula zipika za nkhuni kuchokera ku phiri la Zomba. Chipika chili chonse chimalemera 50kg ndipo ulendo uliwonse umatenga pakati pa maola awiri kapena atatu kulingana ndi pamene wadula mtengo. Munthu umadabwa kuti Yohane amatha bwanji kunyamula chinthu cholemera nthawi yayitali? Akakhala ndi mwayi amagulitsa chipika chili chonse pa mtengo wa K100. Akagulitsa chipika amakweranso phiri la Zombali kukadula chipika china. Tsiku likakhala labwino ndiponso akakhala kuti sanatope Yohane amatha kutsitsa zipika zitatu. Amayenera kulipira bungwe loyang'anira nkhalango K200 pa mtengo uliwonse umene angadule. Phindu limene amapeza pa mtengo ndi K100. Woyang'anira za mitengo amayenera kuyang'anira kudulidwa kwa mitengo kuti mitengo yonse isathe komanso pamene mtengo wadulidwa padzalidwe kapena pamere wina. Koma zimenezi sizimachitika chifukwa bungwe loyang'anira nkhalango limalephera kuyang'anira zimenezi. Yohane wakhala akudula mitengo ku phiriku kwa zaka zisanu. Mukamufunsa kuti kodi anadulapo mitengo ingati, Yohane samadziwa. Iyeyo wayenera kuti anadula mitengo yoposa chikwi pa zaka zisanuzi (mtengo umodzi patsiku, masiku asanu pa sabata ndipo masabata makumi asanu ndi awiri [52] pa chaka). Ukamufunsa Yohane, "kodi unadzala mitengo ingati?" Iye amayankha "Palibe". "Nanga chifukwa chiyani sunadzalepo mitengo?" "Ndalama zanga ndi zokwanira kudyera ine ndi banja langa. Ndi udindo wa oyanganira mitengo umenewo!" "koma", ataganiza mozama, anati: "Ndikudziwa, kuti tikapitilira kutero, mitengo yonse idzatha."

Yohane wodula mitengo

Chitsanzo cha Yohane chikutionetsa mmene anthu amayankhira pa nkhani yodula mitengo. Kudziyenereza kwawo kuchokera mmene alili osauka ndipo amati, "Palibe chimene tingachite koposa kungodula mitengo. Tilibe njira ina iliyonse yopezera chuma. Inu amene mukufuna kuti tisinthe ndi ndani amene amakupatsani mphamvu yotifunsa? Kodi ndinu amene munadzala mitengo? Mulibe mphamvu yotitsutsa ife".

Izitu sikusonyeza kuti ndipovuta kumutsimikizira munthu kusiya kuchita chinthu chomwe anthu oyang'anira chinthucho akuloleza kutero. Kuipa kodula mitengo sikumaonekera nthawi yomweyo. Zotsatira za kudula mitengo zingathe kuonekera m'mibadwo ikubwera osati mbadwo uno. Ndi povuta kumletsa Yohane kudula mitengo pamene simunampatse njira ina yomwe angapezere chuma.

Njira yoyenera ndi yoti oyang'anira nkhalango, ayesetse kuchepetsa chiwerengero cha mitengo yomwe ikudulidwa kuti chiwerengero cha mitengo yodulidwayo chifanane ndi chiwerengero cha mitengo yomwe ikudzalidwa panthawi imeneyo. Ndipo mchitidwe woterewu umathandiza kuti zinthu zizikhalabe kwa nthawi yayitali osatha.

Mwa chitsanzo ku Ulaya, zaka mazana mazana zapitazo, nkhalango zambiri zinatha ndi kudulidwa chifukwa cha anthu osamuka ku midzi ndi kuzakhala ku matauni, komanso ndi kuchuluka kwa mafakitale. Anthu oyanganira nkhalango ndi odula anagwirizana njira yotsatira kuti mitengo yomwe ikudulidwa ikhale yofanana ndi mitengo yomwe ikudzalidwa kuti nkhalango zisachepe.

Koma ku Malawi njira imeneyi siimachitika. Anthu amatengerapo mwayi chifukwa palibe kuletsa kwenikweni: kungomufupa pang'ono munthu woyang'anira nkhalango kumathandiza wodula nkhuni kudutsa opanda vuto.

Ku Malawi anthu ambiri sali pa ntchito ndiponso njira zopezera chuma ndi zochepa, kudula nkhuni kumathandiza ambiri kupeza chuma. Kuonjezera pamenepo anthu amafuna nkhuni kapena makala kuti aziphikira chifukwa palibe njira ina imene angagwiritse pophika. Magetsi samafika ku nyumba zambiri. Umphawi umapangitsa kuti kukhale kovuta kuteteza chilengedwe. Bungwe lomwe limayang'anira za chilengedwe komanso chitukuko dziko lonse lapansi limanena kuti, "Ndizosatheka komanso ndi kunyoza kumuuza munthu osauka kuti apitilize kukhala osauka kuti ateteze chilengedwe".

Funso lomwe Yohane anafunsa loti "kodi ndinu amene munadzala mitengo?" ndilovuta kuyankha. Ife sitinadzale mitengo. "Kodi Yohane anadzala mitengo?" Ngakhale lamulo limavomereza kudula mitengo, kodi ndikoyenera kwa munthu kuti azidula mitengo opanda kudzalirapo ina? Kodi chili chonse chomwe lamulo livomereza ndi chabwino kwa munthu? Nkhalango ndi mitengo ndi zinthu zomwe lamulo silinganene kuti ndi zake. Mu chiKhristu nkhalango ndi mphatso yochokera kwa Mulungu kuti tiiyang'anire.

Nanga ife Akhristu patokhapatokha, komanso pamodzi tingapange chiyani kuti titeteze mphatso yochokera kwa Mulungu kuti ana athu ndi zidzukulu zathu zidzayipeze mphatsoyi? Kodi ndife amphawi kuti sitingathe kuchita kalikonse? Kodi ndi boma, kapena a ulamuliro kapenanso maiko amene amathandiza dziko lino pa chuma, amene akukhudzidwa kuchitapo kanthu? Kodi Yohane angamusonyeze mwana wake nkhalango ya mitengo? Ndipo kodi ngati angatero sichingakhale chitsanzo chabwino kwa mwanayo?

Chitsanzo chachiwiri: Gladys, mayi wa ku mudzi wina kwa Jali

Gladys ali ndi zaka makumi atatu ndi ziwiri (32) ali ndi ana asanu ndi awiri, ana ake ndi asanu ndipo awiri ndi ana achemwali wake amene anamwalira ndi matenda a Edzi. Mwamuna wake amagwira ntchito ku Zomba. Anachita mwayi kupeza ntchito ya wotumikira pa ofesi ya boma. Miyezi yapitayo anamugulira mkazi wake mbaula. Mbaula iyi imagwiritsa ntchito makala ochepa kuposa moto wa nkhuni. Poyamba Gladys amakana kugwiritsa ntchito mbaulayi koma patapita masiku anayamba kuigwiritsa ntchito. Mbaula iyi inamuchititsa chidwi chifukwa imagwiritsa ntchito nkhuni zochepa. Izi zinamuthandiza kuti asamapite kawirikawiri ku maulendo aatali kukatola nkhuni. Mayi Gladys anayamba kulima dimba la masamba. Masamba anathandiza banja lake kukhala la thanzi ndiponso anayamba kupeza phindu la ndalama akagulitsa masambawo kumsika.

Gladys

Poyamba anzake amachita chidwi ndi moyo wa Gladys watsopano. Koma patapita nthawi anayamba kumuda Gladys, chifukwa samawaperekezenso kukatola nkhuni, anali ndi ndalama zambiri ndiponso pogwiritsa ntchito mbaula anali wosiyana ndi anzake. Anayamba kumunena kuti, "Kodi ukuganiza kuti uli pa bwino kuposa ife?" Poyamba Gladys amayesetsa osamazitengera koma kenako anayamba kuona kuti pali kusiyana kwakukulu pakati pa iyeyo ndi anzakewo. Pomaliza iye anati, "mwina ndibwino kuti ndibwererenso ku moyo wanga wakale. Ine sindikufuna kukhala wodzipatula, ine ndimakonda kukhala bwino ndi anthu ndipo izi zikapitilira anthu andiyesa wonyada.

Kodi inu mukuganiza bwanji pa nkhaniyi? Mungachite chiyani mukadakhala Gladys? Kodi mungabwerere ku moyo wanu wakale kuti mukhale wabwino komanso kukhala pa mtendere ndi anthu kumudzi? Kapena mungapitilize moyo wanu watsopano ndi kumaona ubwino umene mbaula yatsopano ili nawo pa inu ndi pa chilengedwe? Kodi mungakhale okonzekera kuona zotsatira zake monga kukanidwa pa mudzi kapena kutengedwa ngati wonyada?

Chitsanzo cha Mbaula zosaononga makala

Chitsanzo ichi chikutionetsa mmene chinthu chatsopano ndi khalidwe losinthika lingabweretsere mavuto pamudzi. Nthawi zina chikhalidwe cha anthu chomwe chimapangitsa anthu kudziwa chimene chimatchinga chitukuko. Ndizovuta kuti timulangize Gladys chifukwa ife ndife akunja ndipo sitiziona zotsatira za chisankho chimene Gladys angapange. Koma ife tifuna kumulimbikitsa Gladys kuti apitilize ndi moyo wake watsopano ndipo timuthandize kuchotsa kusamvetsetsana pakati pa iye ndi anthu a pamudzi. Ndipo tikufuna kusindikiza kuti njira yochotsera vuto pa mudzi ndiyo kuti mudzi wonse ugwirizane pamodzi kuchotsa vutolo. Munthu mmodzi sangathe kuthetsa mavuto pa mudzi, koma afunika chithandizo kuchokera kwa anthu onse pamudzi kuti athe kutero.

Chitsanzo chachitatu: MacPherson, Msodzi wa ku Nyanja ya Chilwa

Bambo MacPherson ndi msodzi ku nyanja ya Chilwa. Bambo ake komanso agogo ake analinso Asodzi. Kotero kuti chimene amadziwa iye ndi kugwira nsomba basi. Zinthu pa nyanja ya Chilwa zasintha kwambiri mu zaka zapitazo. Anthu ambiri amafuna nsomba koma nsomba zikusowa. Moyo wavuta moti ndalama zochokera mu malonda a nsomba sizikwanira kudyetsa banja lonse. Bungwe lina linabwera kudzathandiza magulu a asodzi kuti akambirane za mavuto awo. Anakhazikitsa pulojekiti ndipo kupyolera mu pulojekitiyi anthu anayamba kugwiritsa ntchito maukonde aakulu bwino kuti ateteze tiana ta nsomba ndipo samawedza mu nyengo yomwe nsomba zimasowa. MacPherson anali wosangalala ndipo amatsimikiza kuti ana ake ndi adzukulu ake adzatha kuwedza nsomba mu nyanja ya Chilwa. Koma anthu ena owononga zolengedwa anabwera ndipo sanali kuchita zomwe magulu a asodzi anagwirizana. Gulu la asodzili linadziwitsa oyang'anira za vutoli. Koma chifukwa choti oyang'anirawo analandira ziphuphu, ophwanya malamulo anapitiriza kuwedza popanda kuwagwira ndi kuwaimba mlandu. MacPherson anayamba kuganiza kuti ndi chinthu chopanda phindu kuteteza nsomba mnyanja ya Chilwa. Ndipo anati, "Ngakhale tikhale odzipereka ndipo tichite chomwe tingathe mbali yathu, tikunamizidwa ndi ophwanya lamulo komanso oyang'anira omwe ali a chinyengo."

Nkhani ya MacPherson ikutionetsa mmene makhalidwe ndi mchitidwe wa ziphuphu umabwezera kumbuyo chitukuko cha dziko komanso ndi muzinthu zina. Kodi tingathe bwanji kumulimbikitsa MacPherson kudzipereka kuchita zomwe anagwirizana ngati gulu la asodzi? Pamene chikhulupiriro chathu mwa oyang'anira za nsomba chatha, zimatenga nthawi yayitali kuti tiwakhulupirirenso.

Chitsanzo cha MacPherson chikutionetsa zinthu zofunikira mu malamulo a chilengedwe. Choyamba, mavuto a msodzi MacPherson si mavuto obisa. Anawauza asodzi anzake za mavuto ake. Ndipo kubwera pamodzi ndi kupanga gulu ndi chinthu choyamba kuchita kuti apeze njira yothetsera mavutowa.

Chachiwiri anthu ndi mabungwe a m'midzi ayenera kukhala ndi makhalidwe abwino oyang'anira zolengedwa. Kuyang'anira nyanja ya Chilwa ndi ntchito yayikulu imene imafuna anthu ambiri osati asodzi okha. Kusintha kwa maganizo pa anthu pamudzi ndi kofunika kwambiri.

Kuteteza nyanja ya Chilwa, kuteteza chilengedwe chathu kuli ndi ubwino kwa aliyense. Motero anthu a mabungwe ndi a ulamuliro agwire ntchito yawo mogwirizana kuti ubwinowu ukhalepo. Vuto lalikulu ndi loti mabungwe oyang'anira ndi ofooka. Ndipo ichi chimalepheretsa zinthu zambiri kuti ziyende bwino, monga za ndale, za chuma ndi za chilengedwe.

Zitsanzo zaperekedwazi, zikutionetsa kuti ndizovuta kuti munthu payekha ateteze chilengedwe. Umphawi, mavuto a pamudzi, katangale ndi zina zimapangitsa kuti kusintha kusatheke, komatu izi zisatipangitse ife kungokhala osachitapo kanthu.

Nyanja ya Chilwa ndi ziphunzitso za Chikhristu

Mu zitsanzo zathu zitatu tawona momwe nyanja ya Chilwa ndi dambo lake zimaonongekera. Anthu ochita kafukufuku anaona kuti zinthu zotsatirazi ndi zimene zimathandiza kuononga nyanja ya Chilwa ndi dambo lake:

- kuwedza nsomba koposa muyezo
- kugwira mbalame (pa chaka mbalame kupitilira 1,000,000 zimagwidwa)
- kudula mitengo
- kuononga nthaka polima kuposa muyezo
- kukokoloka kwa nthaka ndi kudzadza kwa matope mu mitsinje chifukwa chodula mitengo modutsa muyezo
- kutha kwa nyama chifukwa cha kuchuluka kwa anthu.

Pakapanda kukhala kusintha kwa makhalidwe a anthu, kuyambira munthu pa iye yekha, pa gulu komanso pa ndale, nyanja ndi madambo ake zidzapitirira kuonongeka ndi kutha. Ndipo chakudya cha anthu chidzachepa. Sizitengera kuti munthu akhale Mkhristu kuti adziwe kuti akuyenera kuchitapo kanthu. Ndipo ndi chofunika kwa Akhristu kudziwa ziphunzitso zochokera mu Buku Loyera komanso kuchokera ku nzeru za chikhulupiriro cha chikhristu zomwe zinapangidwa zaka zapitazo.

2. Uthenga wochokera mu Buku Loyera

Vuto lalikulu kwa Akhristu ndi loti Baibulo silitchulapo kwambiri za kufunika kuteteza chilengedwe. Vuto ili kunalibe pamene mabuku a Buku Loyera amalembedwa. Kunalibe mankhwala owononga nthaka. Kunalibe utsi kuchokera mu magalimoto ndi ndenge umene umaononga mphweya. Nyama za mtchire zinali kuopseza anthu pamene masiku ano anthu akupha nyama za mtchire kwambiri moti zina zili pafupi kutheratu. Anthu anali ochepa kotero kuti ulimi wamtundu uliwonse sunali vuto ayi. Ndichofunika kuvomereza kuti Baibulo silingatipatse mayankho mosavuta ku mafunso athu a zinthu zonse zikuchitika masiku ano. Mwachitsanzo ngakhale Chipangano Chakale sichikutiuza kwenikweni mmene tingasamalire chilengedwe, timawerenga kuti Mulungu anatipatsa udindo pa zolengedwa (Genesis 1:26). Mmene tingausenzere undindowu, Baibulo silikutiuza mwatsatanetsatane. Ife tokha tiganizire mmene tingasamalirire chilengedwechi mwanzeru.

Mu Chipangano Chatsopano ife tikulimbikitsidwa kuti tisalifikire vuto pongotengera malamulo. Njira yabwino kuzimvetsera izi ndi kuyang'ana komanso kuwerenga zitsanzo mu Chipangano Chatsopano.

Tikumbukire nkhani ya Yesu akuchiritsa munthu wa dzanja lopuwala (Mateyo 12:9–14). Linali tsiku la sabata ndipo Yesu anafunsidwa ndi Afarisi ngati kunali kololedwa kuchiritsa tsiku la sabata. Yankho la Yesu linali lophweka koma lopweteka, "Munthu ndani wa inu, amene ali nayo nkhosa imodzi, ndipo ngati idzagwa mdzenje tsiku la sabata, kodi sadzagwera ndi kukaitulutsa? Nanga kuposa kwake kwa munthu ndi nkhosa nkotani! Chifukwa cha ichi nkololeka kuchita zabwino tsiku la sabata.

Dzanja lopuwala simatenda oti munthu ayenera kuthandizidwa nthawi yomweyo ndipo kuti osatero angafe. Yesu akadatha kumuchiritsa munthu ameneyu mawa lake kuti asunge sabata komanso kuti asakangane ndi aulamuliro. Koma kwa Yesu chinali chofunika kuchita chabwino nthawi yomweyo, pakuchita chinthu china choposera pa chimene lamulo la chiYuda limafuna. Kuchita chimenechi Yesu sanaphwanye lamulo koma analikwaniritsa. Suyang'anira lamulo nthawi zonse pofuna kuchita zabwino.

Chifukwa cha ichi Yesu Khristu anatikhulupirira ife ndi Mzimu wake osati lamulo. Mzimuwu ndi mzimu womasula ndi waufulu, si mzimu wagoli. Muubatizo tilandira mzimu umenewu. Kwa Akhristu, Baibulo si buku la zochitachita koma ndi buku lomwe limatiuza mmene ife tingakhalire miyoyo yathu muuzimu. Zina mwa zokambidwa mu Baibulo ndi chikondi cha pa Mulungu, anzathu ndi ife tomwe, udindo pa anzathu (kuphatikizapo mibadwo ya mtsogolo), kupereka mowirikiza, mzimu wotumikira ndi kusiya kudzitamandira wekha, kudzikonda wekha ndi kuphangira.

Ziphunzitso za mpingo ziyenera kukhudza zinthuzi komanso zili kwa ife kukhazikitsa ziphunzitsozi mmiyoyo yathu ya tsiku ndi tsiku.

3. Chiphunzitso cha Mpingo

Kukambapo kwa matchalitchi pa nkhani ya za chilengedwe ndi chinthu chatsopano ngakhale chikondi cha zolengedwa chinalipo kale mu matchalitchi. Nkhani za chilengedwe masiku ano zikuphunzitsidwa mu mipingo ya Chikhristu. Udindo ndi kulemekeza zolengedwa ndi zinthu zomwe atsogoleri amipingo akumalimbikitsa Akhristu awo kuti azichita. Mavuto a zachilengedwe amasonyeza mavuto pa miyoyo yabwino ya anthu. Papa Yohane Paul mu kalata yake kwa Akhristu mchaka cha 1991 ananena kuti, tiyenera kulemekeza zolengedwa ndipo ife monga Akhristu, tapatsidwa mphamvu yayikulu yoyang'anira ndi kuteteza zolengedwazo kuti mibadwo yakutsogolo idzakhale ndi moyo wabwino.

Komatu, ku Malawi, nkhani za chilengedwe sizimalembedwa kwambiri mu makalata a mipingo ya chikhristu. Ndipo izi zimaonetsa kuti Akhristu a ku Malawi samaona chifukwa chotetezera zachilengedwe. Anthu ayenera kuuzidwa za chilengedwe kuti adziwenso kukula kwa vuto ndi kufunika kochitapo kanthu. Masiku ano Akhristu a ku Malawi ayenera kuchitapo kanthu pa nkhani ya chilengedwe.

Kuonjezera apo, abusa ku Malawi amalalikira kwambiri za khalidwe ndi kusinthidwa kwa munthu ngakhale akulu a mpingo amaphunzitsanso za udindo wa magulu a ndale ndi mabungwe ena koma kulandira Yesu Khristu monga mpulumutsi wa moyo wa munthu siziyankha mavuto a chilengedwe a ku Malawi. Zitsanzo za Yohane, Gladys ndi MacPherson zikutionetsa kuti zinthu ndi zovuta. Matchalitchi sali ndi udindo woyang'anira anthu pa mioyo yao ya uzimu yokha, ayeneranso kuyan'anira zabwino zonse zokhudza anthu.

4. Zikhalidwe zathu mu Africa

Ndi chofunikira kuzindikira kuti chikhristu chisanabwere makolo athu amakamba zu mavuto a zolengedwa ndi zachilengedwe molingana ndi chipembedzo chawo. Pamene tikuyang'ana za nyanja ya Chilwa, ndizofunika kuyang'anira zikhulupiriro zomwe zimakhudzana ndi mavuto owedza nsomba monga, kupereka nsembe, kupereka mphatso nsomba zomwe zagwidwa poyamba (masika), kusagonana pamodzi ndi kugwiritsa ntchito mankhwala. Ngati asodzi agwira nsomba zochepa, ichi chimaoneka ngati kuti mizimu siinasangalale. Nsembe imaperekedwa kwa azimu ndi mfumu kapena mayi wosabereka kuti atumize mphepo yabwino. Kupereka nsomba zomwe agwira poyamba ndi kuonetsa kuthokoza kwa azimu amene amawapatsa nsomba ndi chakudya. Izi zikufanana ndi kupereka kwa zipatso zoyamba za a Israeli monga zinalembedwa mu Chipangano Chakale (Levitiko 23:9-25). Izi zimaonetsa kuti nthaka ya chonde ndi chilengedwe chabwino chimatengedwa ngati mphatso yochokera kumwamba.

Kusagonana ndi kofunika pa miyambo yambiri mu Malawi monga mwambo wogwira nsomba. Kugwiritsa ntchito mankhwala kumathandiza kuti zipangizo za asodzi zigwire ntchito bwino. Pano sitikufuna kuti tikambirane mmene miyambo yakaleyi iyenera kuunikidwira ndi malembo oyera, koma ndi zoona kuti makolo athu amachita molingana ndi malamulo a chikhalidwe chawo.

Kukhala msodzi wochita bwino ku nyanja ya Chilwa sizimatengera luso ndi mphamvu zokha, komanso zimatengera uzimu ndi chipembedzo cha munthu. Palibe chinthu chingachitike pa zolengedwa kopanda malamulo a chikhalidwe, ndipo izi zimatikumbutsa kuti tikane mchitidwe woipa pa zachilengedwe umene supereka ulemu pa chikhalidwe chathu chabwino.

5. Malamulo a chikhalidwe chabwino

Tifuna tipereke njira yotsogolera mmene Akhristu azikhalira. Sikuti ndi malamulo, koma ndi zongotsogolera zimene ife tingachite pa vuto limene lilipo mu njira ya chikhristu. Mavuto a chilengedwe mu nyanja ya Chilwa ndi dambo lake ndi aakulu. Zimene tikambe apa sikuti zichotsa mavuto onse koma zikhoza kuthandiza popeza mayankho ku mavutowo.

a) *Kudziwa vuto*

Njira yoyamba ndi kudziwa vuto lenileni. Pezani anthu omwe angakuthandizeni kumvetsa vutolo. Ndipo dziwani zambiri za vutolo, mumvetsetse za vutolo musanayambe kuchitapo kanthu.

b) *Udindo wanga ndi wotani?*

Podziwa vuto muyenera kudzifunsa, "Kodi ine ndichitepo chiyani?" Kodi ine khalidwe langa silimaononga zolengedwa? Ndichofunika kulingalirapo kwambiri pa funsoli. Komanso munthu ayenera kuonetsetsa kuti asayesedwe kuganiza kuti iye yekha akhoza kukonza vutolo, ndiponso pena asaganize kuti munthu wina achitepo kanthu chifukwa ndiye olakwa monga amene tikhala nawo m'mudzi, boma ndi maiko olemera. Ife sitiyenera kuthawa udindo wochitapo kanthu poika udindawo kwa anthu ena (Mwinanso timangonamizira ufiti zinthu zina zomwe sizili ufiti). Pamene tiganizira chomwe tiyenera kuchitapo tisawatenge anthu ena ngati si ofunikira koma chitipatse mwayi wotha kusintha ife eni mu zinthu zina zomwe timachita. Pa kafukufuku yemwe anachitika pa Akhristu, mwa Akhristu 450 omwe amafunsidwa mafunso pa za katetezedwe ka chilengedwe, anthu 284 anayankha kuti kuteteza chilengedwe kumayamba ndi munthu pa iye yekha.

c) Chidwi changa

Ndi chofunikira kulingalirapo pa chifukwa chimene ife tikutengerapo gawo pa za chilengedwe. Nthawi zambiri zifukwa zosiyanasiyana zimatipangitsa ife kuchita zinthu. Anthu ena amasonyeza kukhudzidwa ndi za chilengedwe chifukwa akuona kuti kuli ndalama zimene mabungwe amapereka. Uku si kulakwa, koma monga Akhristu tiyenera kusonyeza kukhudzidwa kwenikweni ndi chilengedwe, pali ndalama ngakhalenso palibe ndalama.

Choyambilira tiyenera tilingalire za chifuniro cha Mulungu. Tiwerenge mawu a Mulungu, tipempherere, komanso tikambirane za chilengedwe m'mipingo yathu. Tikalingalira mozama za chifuniro cha Mulungu, sitidzangokhala osatengapo gawo. Ngakhale ena sasamala, tili nacho chifukwa chosamalira.

Tikalingalira za chilengedwe, tisiyanitse za kuchita chimene lamulo lavomereza ndi kuchita chinthu chabwino. Mwachitsanzo ndikovomerezedwa kuwedza nsomba, koma si chintha chabwino kuwedza nsomba zonse osasiyamo. Mukatero ndiye kuti sikudzkhalanso nsomba. Ndikovomeredwanso kudula mitengo, koma mukadula mitengo yonse, nthaka idzauma. Ndipo ichi ndi chinthu choipa.

Monga Akhristo sitiyenera kungotsatira malamulo, koma kuchita chinthu mwachikondi. Yesu anati pa Yohane 13:34: "Ndikupatsani inu lamulo latsopano, kuti mukondane mwina ndi mzache; monga ndakonda inu, kuti inunso mukondane wina nd mzache." Tiyeni timkonde Mulungu ndi anzathu ndipo kuchokera pa chikondi chimenechi, tisamalirenso chilengedwe, tisamalire chimene Mulungu anatipatsa.

d) Kuchitapo kanthu

Titalingalira zonsezi, sitiyenera kusiyira pomwepo, tiyenera kuchitapo kanthu. Vuto limene lakula pakati pathu ndi kungolankhula kapena kulonjeza zinthu, osachitapo kanthu. Kambiri taona anthu akutumizidwa kukachita Maphunziro komanso taona andale ndi amabungwe osiyansiyana akulonjeza kuchita zinthu, koma ndi angati amene akwaniritsa zimene analonjeza?

Akhristu ayenera kudziyesa okha pa zomwe amachita, zomwe akwaniritsa ndi zomwe zili zoona mu miyoyo yawo. Ayenera kuchotsa chitsotso chili mdiso lao asanayambe kuona chili mdiso la wina (Mateyu 7:3). Musanamdzudzule wina za ulesi, muyambe kuchitapo kanthu. Posamalira chilengedwe tiyenera kuganizira magawo atatu: Choyamba chimeni ife tomwe tiyenra kuchita. Chachiwiri chimene tiyenera kuchita ngati mudzi, ndipo chachitatu chimene tiyenera kuchita pa ndale.

Andale ali ndi udindo wa ukuku zimene ife tingathe kuchita. Mwachitsanzo ndi amene amalamula za kagwiritside ntchito ka ndalama. Ngakhale kuti ambiri a ife sindife andale, koma tiyenera kuwalimbikitsa Akhristu amene angathe kulowa nawo ndale kuti akathandize kuyendetsa bwino boma.

Mawu a Chilimbikitso

Zaka makumi asanu zapitazo, munthu wina wa ku Russia dzina lake André Tarkowski anapanga filimu yotchedwa 'nsembe', imene imakamba za nthawi yomwe chilengedwe chinaonongedwa kwambiri. Mu filimuyi munali mlimi wina wake amene anaphunzitsa mwana wake kudzala mtengo ndi kuthirira tsiku lili lonse. Ngakhale chilengedwe chinali choonongeka kwambiri ndipo mtengo umodzi sukadabweretsa kusintha pa dziko loonongeka, abambo aja anamulangiza mwana wawo kuti "Uzithilira mtengowu tsiku lili lonse, ndipo chimenechi chikhale chikhalidwe chako ndipo pakutero udzaombola dziko."

Ichi chingatiphunzitse ife Akhristu a ku Malawi mmene tingachitirepo kanthu pa kuonongeka kumene kukupitirira pa nyanja ya Chilwa ndi dambo lake. Ngakhale ambiri tataya chikhulupiriro kuti zinthu zisintha, pali chiyembekezo choti ngati munthu achitapo kanthu dziko lidzaomboledwa.

Kudzala mtengo umodzi kungaonjezele Chilengedwe

Mulungu wa Mphamvu zonse ndiye Mulengi, Msungi, ndi Mwini Chilengedwe Chonse: *Malingaliro ochokera pa Masalimo 24:1-10*

Fulata L. Moyo

1. Mawu oyamba

Masalimo 24:1-10 amafotokozera za ndondomeko yomwe inachitika pamene Mfumu Davide anatenga Likasa kupita nalo ku Yerusalemu (2 Samuel 6). Pandondomeko imeneyi, "Makomo ... ." mu Masalimo 24:7 akhoza kutanthauza chipangano chakale ku Yerusalemu. Chomwe munafikira Likasa lomwe limayimirira kukhalapo kwake kwa Mulungu. Masalimo 24 anayikidwa pafupi ndi Masalimo 23 chifukwa Masalimo 23 ndime 6 akufotokozera munthu yemwe angaloledwe kubwera pa maso pa Woyerawo. Masalimo 23:6 nthawi zambiri amagwiritsidwa ntchito pomwe Akhristu akukondwerera kubwera kuchokera kumwamba kwa Mpulumutsi wathu Yesu Khristu yemwe ali wa Nsembe wathu amene amatipempherera ife, chilengedwe chake chomwe anachiyanjanitsa kwa Mulungu kudzera m'moyo, imfa ndi kuwuka kwake. (werengani Aheberi 7:23-25).

Tikufuna tilingalire makamaka pa ntchito ya Khristu pakutiyanjanitsa ife Akhristu ndi Mulungu amene ali Mlengi, Msungi ndi Mwini wathu, ndiponso kutiyanjanitsa wina ndi mnzake ndi chilengedwe chonse m'Malawi.

Mutu uwu wagawidwa mbali ziwiri. Mbali yoyamba ikufotokozera za chiyanjano chathu ndi Mulungu wathu. Ndipo ikufotokozeranso momwe chiyanjano chathu ndi Mulungu chimatithandizira kuti tidziwe mmene Mulungu alili ndi chikhalidwe chake: woyera, ulemu, mwini mphamvu zonse ndi mwini chilengedwe chonse. Mbali yachiwiri ikufotokozera za chiyanjano chathu wina ndi mnzake, ndi chilengedwe chonse chokongola chili m'Malawi muno. Chiyanjano pakati pa wina ndi mnzake chingokhudza chiyanjano pakati pa amayi ndi abambo, pakati pa achikulire ndi ana, andale a zipani zosiyanasiyana, a zipembedzo zosiyanasiyana. Komanso makamaka chiyanjano chathu aMalawi ndi za chilengedwe.

Mfundo yeniyeni ndiyo kuti chiyanjano chathu ndi Mulungu chimatithandiza ife kuti ngati Mulungu ndi Mwini wa Chilengedwe ndiye kuti ife tiyenera kusamalira kagwiritsidwe ntchito kathu ka mitengo, udzu, mitsinje, nyanja, dothi, mbalame ndi zonse za m'tchire ndi m'madzi. Tikuyenera kuzindikira kuti ife si eni ake a chilengedwe koma Mulungu, ndipo tiyenera kupereka ulemu wathu wonse kwa mwini chilengedweyo (Masalimo 24:1). Tiyeneranso kuzindikira kuti ndife adindo oyenera kusamalira kagwiritsidwe ntchito kake ka chilengedwe pozindikira kuti mawanso ena adzachipeze chilengedwechi chisanaononongeke. Tiyenera kuzindikiranso kuti tikasiya kusamalira ana athu adzasowa chogwiritsa ntchito komanso ifenso tidzasowa chowiringula pa maso pa Mwini Chilengedwe tsiku lina.

1.1 Dziko ndi la Mulungu ndi zonse zilimo: Kuyanjana kwathu ndi Mulungu

Chiyanjano ndi mawu omwe amatanthauza kubwezera ubale pothetsa kusagwirizana. Kuthetsa kusagwirizana kumachitika pomwe chiyambi cha kusagwirizanako chafufuzidwa ndikuthetsedwa kuti pabwerenso chiyanjano ndi ubale - chiyanjano chili ndi mbali zinayi. Mbali zinayizi ndi izi: Chiyanjano cha uzimu chomwe chili chiyanjano ndi Mulungu, chiyanjano chokhudza malingaliro chomwe chili chiyanjano ndi iwe mwini, chiyanjano pa chikhalidwe chomwe chili chiyanjano ndi anthu ena komanso chiyanjano ndi chilengedwe.

Mbali zonse zinayizi zimayenderana. Chiyanjano chathu ndi Mulungu chimathandiza chiyanjano chathu ndi ife eni, ndi anthu ena ndi chilengedwe.

Tikabwerera ku mawu athu pa Masalimo 24 tikuona kuti Davide amene ayenera kuti analemba masalimo amenewa anali munthu mmodzi amene anali woyanjana ndi Yehova, mbusa wake. Kudziwana kwake ndi Mulungu wake kunamupangitsa kuti azindikire kuti dziko lonse ndi lake la Mulungu pamodzi ndi zonse zilimo. Davide amadziwa kuti Mulungu ayenera kulandira ulemelero wonse chifukwa iye alibe ofanana naye mu ulemelero, mphamvu ndi kuyera. Inde, zolengedwa zonse zili m'Malawi ndi zake za Mulungu, kukongola konse kwa mapiri, nyanja, mitsinje ndi madambo, mbalame ndi nyama zina zonse ziyenera kutithandiza ife kuti tiyamike mwini wake Mulungu. Tiyenera kupereka ulemu kwa mwini wake chilengedwe chokongolachi:

Ndani angakwere ku phiri la Ambuye ... .

Ngati ife tifikapodi kuti tiyenera kupereka ulemu kwa Yehova mwini chilengedwe komanso tivomera kuti ngati ana ake okondedwa tiyenera kuyanjana naye ndikukhala ndi Iye nthawi zonse, tiyenera kukhala ndi chikondi kwa iyeyo komanso ndi anzathu ndi chilengedwe.

1.2 Kuyanjana ndi ife eni, anzathu ndi chilengedwe

Kuyanjana ndi ife eni kumatanthauza kuti tikuvomera mavuto athu ngati anthu pomwe tiwonetsetsa moyo wathu wa ife eni. Kuvomereza kulephera kwathu kumatithandiza kuti ife tipeze mtendere mumtima mwathu. Kusayanjana ndi iwe mwini ndi kumene kumabweretsa mtima wankhanza kwa anthu ena komanso ngakhale chilengedwe. Kuyanjana ndi iwe mwini kumathandiza kuti uvomereze umboni wa anzako ndi kuvomereza kukongola kwa chilengedwe ngati ntchito yokongola ya manja ake a Yehova.

Kuyanjana ndi iwe mwini pomwe uzindikira kuti ndiwe munthu ndipo uli ndi zofooka kumakuthandiza kuti uvomereze mphamvu ndi kuyera kwa Mulungu. Koma kusavomereza kuti ndiwe munthu uli ndi zofooka kumapangitsa kuti uzikhala mchinyengo - osavomereza kufooka kwako ndiponso osachitapo kanthu kuti usinthe.

Ngati Akhristu takhala mchinyengo nthawi yayitali osavomereza kuti tiyenera kuchitapo kanthu pa nkhani ya chilengedwe. Genesis 1:28 takhala tikugwiritsa ntchito ndimeyi ngati kuti ikutipatsa ife mphamvu zogwiritsa ntchito chilengedwe monga momwe tingafunire ngati kuti ndife eni chilengedwe. Koma timayiwala kuti chilengedwe chokongolachi chiyenera kumatithandiza ife kuona ubwino wa Mulungu. Mwachitsanzo, Masalimo 23:2 akufotokoza momwe munthu angapezere mtendere ndi chisangalalo pomwe madzi odikha okuchotsera munthu ludzu, msipu okoma ukuchotsera munthu njala.

Ndizomvetsa chisoni kuti munthu ukafika pafupi ndi Nyanja ya Chilwa, mwachitsanzo – zithaphwi ndi fungo lomwe limatuluka mukafika pafupi limasiyana kwambiri ndi kukongola kotenga mtima komwe kumaoneka kuchokera pa Phiri la Zomba. Ukamawoloka nyanjayi pa bwato kupita ku chilumba cha Chisi umadabwa mtundu wa madzi chifukwa chakusakhala ndi mtsinje wochotsa madzi oyipa kupititsa kwina kwake. Kawirikawirinso anthu sasamala zimene amataya m'nyanja komanso mu mitsinje imene imakathira madzi m'nyanjamo.

Mmalo mwakuti aliyense akhale mdindo ayang'anire chilengedwe, ambiri amangoononga wopanda nthumanzi. Kusasamalira chilengedwe kotere kukhoza kukhala chifukwa choti anthu oonongafe sitinayanjane ndi ife tokha - tikusowa mtendere.

1.3 Kuyanjana ndi Anzathu

Kuyanjana ndi anzathu kumatengera kulolerana, kukhululukirana, kukondana, kumvetserana wina ndi mnzake ndi kudzichepetsa konse ndi kumvetsana. Kuyanjana ndi anzathu kumatithandiza kubwezeretsa ubale wathu ndi anzathu umene unawonongeka ndiponso kupyola pamenepa zimenezi zimabwezeretsa ubale wathu ndi Mulungu. 1 Yohane 3:11-24, 4:7-21, mavesiwa amatiuza kuti munthu sanganene kuti amakonda Mulungu ngati iye adana ndi mnzake chifukwa ungamukonde bwanji Mulungu amene suumuona ndi maso ako ndi kuda mnzako amene umuona ndi kukhala naye pamodzi? Mu pemphero limene Yesu Khristu anaphunzitsa ophunzira ake kuti ngati munthu afuna chikhululukiro cha machimo ake ndi Mulungu ayenera kukhululukira mnzake kaye (Mateyo 6:12). Masalimo 24:4 akutionetsa kuti maganizo abwino, kusunthidwa ndi chikhumbo cha ubwino ndi ntchito zopanda choipa ndi zoyenera kuti munthu akhale ndi madalitso ndi chifupi ndi Mulungu. Ngati tinena kuti timamukonda Mulungu ndi kukhala naye pa ubale tiyenera kukonda chifukwa Mulungu ndi chikondi. Chikondi chake ndi chopanda zifukwa ndipo akuchilongosola bwino mu 1 Akorinto 13:4-8:

> Chikondi chikhala chilezere, chili chokoma mtima, chikondi sichidukidwa, chikondi sichidziwa kudzitamanda, sichidzikuza. Sichichita zosayenera, sichitsata za mwini yekha, sichipsa mtima, sichilingalira zoyipa. Sichikondwera ndi chinyengo, koma chimakondwera ndi choonadi. Chikwirira zinthu zonse, chikhulupilira zinthu zonse, chiyembekeza zinthu zonse, chipilira zinthu zonse. Chikondi sichitha nthawi zonse, koma kapena malilime adzaleka kapena nzeru ikhala chabe.
>
> Ndipo tsopano zotsala chikhulupiliro, chiyembekezo, chikondi, zitatu izi, koma chachikulu cha izi ndicho chikondi.

Uwu ndiye mtundu wa chikondi umene wokondedwa amakondedwa opanda chifukwa ndi kulemekezedwa. Chikondi chomwe chimalolerana ndi kupilira munthu. Khristu amakonda amene ndi oyenera kukondedwa. Pali kusiyana maganizo pakati pa abambo ndi amayi, ana ndi akulu ndi anthu ochokera ku zipembedzo zosiyanasiyana, anthu ochokera ku zipani za ndale zosiyanasiyana ndi anthu ochokera ku zigawo zosiyanasiyana. Pali kuyambana kwakukulu chifukwa chosiyana.

2. Kulimbana pakati pa amuna ndi akazi ndi zomwe zimachitika pa chilengedwe

Ku dambo la nyanja ya Chilwa akazi ndi amuna amachita ntchito zosiyana tsiku ndi tsiku. Amuna ambiri ndi asodzi, ena amapalasa bwato kuti anthu aziwoloka nyanja ya Chilwa ndipo amapezamo ndalama. Akazi amagula nsomba ndi kuziumitsa ndi kugulitsa, ndiponso amagwira ntchito zawo zapakhomo kutola nkhuni, kukatunga madzi, kukonza panyumba, kuphika ndi kuyang'anira banja lawo. Amuna ndi akazi amathandizana kulima kumunda ndipo amakonda kulima mpunga. Pa tsiku akazi amagwira ntchito yambiri kuposa amuna. Ndipo chifukwa choti ntchito imawachulukira amayi, atsikana amayenera kuwathandiza amayi awo, kotero nthawi zina amasiya kupita kusukulu. Atsikana ambiri amapita kusukulu kuposa anyamata anzawo ochepela zaka makumi asanu, chifukwa anyamata amafuna kuwedza nsomba kapena kupalasa bwato. Atsikana ndi anyamata amakwatirana ali ndi zaka zochepa kuti mtsikana wa zaka khumi ndi zisanu ndi chimodzi amakhala ali ndi mwana. Anthu ambiri okhala pafupi ndi nyanja ya Chilwa amamwa ndi kugwiritsa ntchito madzi oyipa ochokera mu nyanja ya Chilwa.

Usodzi pa nyanja ya Chilwa

Ngakhale mijigo ilipo anthu ambiri amachapa zovala zawo ndi madzi a mu nyanja ya Chilwa. Koma kugwiritsa madzi a mnyanja ya Chilwa sikwabwino chifukwa madzi a mu nyanja ya Chilwawo ndi oipa ali ndi tizirombo toyambitsa matenda monga likodzo. Ndipo anthu akadwala, akazi amayenera kuwayang'anira amuna awo, ana awo, achibale kuwadyetsa, kuwapatsa madzi osamba kapena kuwasambitsa. Amayenda mtunda wautali kutsata nsing'anga kapena kupita ku chipatala kuti akapeze chithandizo. Nthawi zina amuna amathandiza koma monga mwa mwambo wathu, mkazi ndi amene ayenera kuchita zonse chifukwa kutero ndiye kukhala mayi.

Kuyang'anira odwala kumapangitsa akazi kuyiwala ntchito yawo yobweretsa chuma pakhomo. Izi zimapangitsa mabanja kuti azinkanasaukirabe. Ndipo mavutowa amapangitsa ana ambiri kupita ku mizinda monga mzinda wa Zomba komwe amanka namapemphetsa kapena kuba.

Matenda a Edzi akuchuluka ku dambo la nyanja ya Chilwa chifukwa anthu a pa banja sakhalira limodzi:- akazi amayenda ulendo wautali kukatola nkhuni chifukwa mitengo yapafupi inadulidwa opanda kubwenzeretsapo. Amuna amakhala kunyanja nthawi zambiri kuwedza nsomba, ndipo nsomba samagwira zambiri chifukwa anthu nthawi zambiri amawedza nsomba mpaka kuwedza tiana ta nsomba osaganizira za mawa. Ndipo tsiku likamatha onse amakhala atatopa kuti sangathe kukhalira pamodzi ndipo izi zimadzetsa amuna ndi akazi kukhala osakhulupirika mu banja.

Ndipo kusakhulupirika pakati pa mayi ndi bambo pabanja kumabweretsa ndewu ndi maphokoso ndipo amuna amapezapo mpata wowamenya ndi kuzunza akazi awo kuyiwala kuti onse analengedwa chimodzimodzi pamaso pa Mulungu. Ndipo mayi wozunzidwa ndi mwamuna wake amazunza ana ake. Amuna ambiri amakhala osakhulupirika kuposa amayi chifukwa kulingana ndi miyambo yathu amuna akhoza kutero. A mipingo nthawi zambiri sanenapo kanthu pa zinthu izi ndipo zimathera kuti munthu woyendayenda (wosakhulupirika) amatenga matenda muliyenda ndi kumupatsa mnzake. Ndipo mwina palibe njira yeniyeni yothesa vutoli koma ngati tidzala mitengo mwina amayi saziyenda ulendo wautali kukadula nkhuni. Ndipo sazikhala otopa kuti agwire ntchito yao pabanja bwino ndi kukhala pamodzi ndi bambo usiku. Ndiponso asodzi azionetsetsa kuti asiye kugwira tiana ta nsomba kuti adzathe kuwedza nsomba mawa.

Njira ina ndikubweretsa moyo wabwino kwa anthu a ku nyanja. Mwa chitsanzo kuthetsa likodzo ndi matenda onse omwe amabwera ndi madzi oyipa a mu nyanja ya Chilwa. Anthu ayenera kumanga zimbudzi pa Chisi ndi midzi yozungulira nyanja ya Chilwa kuti anthu asamadzithandizire mu nyanja. Chofunika ndi choti anthu ayenera kuvomereza kuti amuna ndi akazi ayenera kulemekezana ndi kugwira ntchito mothandizana ngati mbali yawo imodzi yopembedza ndi kulambira ulemelero ndi ukulu ndi mphamvu za Mulungu. Ndipo maganizo awa pa anzathu ndi mbali imodzi yoyeretsedwa ndi kukhala oyenera mu Nyumba ya Mulungu monga mu Masalimo 24:3-4.

2.1 Akhristu a chiMalawi, chiyanjano ndi Mulungu ndi zolengedwa zonse

Chiyanjano ndi zolengedwa chimafuna/chimapangitsa chiyanjano pa zonse zolengedwa za Mulungu, kudzera mu kugwiritsa ntchito bwino kwa chilengedwe ndi zolengedwa zonse. Ndi chofunika kwa ife a Malawi kuti pakhale chiyanjano ndi zolengedwa zonse za Mulungu chifukwa tiyenera kumvetsa kuti ife ndi amodzi a zolengedwa za Mulungu, ndipo ife si ndife a Kalonga a zonse zolengedwa ndiponso sitiyenera kukhala opanda udindo pa zolengedwa zonse. Vuto ndi kusamvetsetsana kwa ntchito ya munthu pa zolengedwa. Tiwerenge Genesis 1:28.

> Mulungu ndipo anadalitsa iwo ndipo adati kwa iwo, mubalane, muchuluke, mudzadze dziko lapansi, mulingonjetse, mulamulire pa nsomba za m'nyanja, ndi pambalame za m'mlengalenga, ndi pa za moyo zonse zakwawa za dziko lapansi.

Akhristu a padziko lonse la pansi kwa nthawi yayitali amaona kuti ubale wawo ndi zonse zolengedwa za Mulungu ndi ngati woti chilengedwe chiziwatumikira powapatsa zosowa zawo, koma iwo oponda ganizo loti angasamalire bwanji zolengedwa.

Akhristu timangoona kuti Mulungu ali pa ubale osamalira ife tokha koma osati zolengedwa zina. Tikalingalira Aroma 8:22, "Pakuti tidziwa kuti cholengedwa chonse chikula ndi kugwidwa m'zowawa pamodzi kufikira tsopano". Tikuona kuti zolengedwa zonse zimafuna ubale ndi Mulungu amene anazilenga. Ubale wathu wabwino utithandize ife anthu kusamalira chilengedwe osati kuchiononga. Mawu oti "Dziko ndi la Mulungu ndi zonse zili mmenemo" amatifulumizitsa kukumbukira kudziwa kuti chilengedwe chonse ndi cha Iye Mulungu, ndipo chiyenera kusamaliridwa mu njira yomusangalatsa Mulungu.

Akhristu aku Malawi ayenera kukhala pa ubale ndi zolengedwa za Mulungu. Ngati mKhristu adula mtengo osadzalapo wina, kodi iye aganiza chiyani za Mulungu ngati mwini wa zolengedwa? Kodi mukuganiza chiyani za Mulungu wosamalira za chilengedwe ngati uwotcha nkhuni osaganizira za mawa? Kodi mukuti amene awedza nsomba ndi tiana tomwe amamumvetsa bwanji Mulungu?

Ngati sitiyanjana ndi Mulungu, ndi ife tokha sitingathe kukhala bwino. Amene sanayanjane ndi Mulungu samamvetsa ubale wawo ndi anzawo ndi zolengedwa zonse. Kudziwa kuti ine ndine wa Mulungu kumatifulumizitsa kukhala ndi ubale wabwino womusangalatsa Mulungu. Munthu amene sapeleka ulamuliro kwa Mulungu samakhala bwino ndi anzake. Kusasamalidwa kwa nyanja ya Chilwa ndi madambo ake kukuonetsa kuti miyoyo yathu siili pa mtendere ndi Mulungu. Kodi munthu amene adziwa kuti thupi lake ndi kachisi wa Mulungu samasamba kapena kumwa madzi abwino? Kodi munthu amene adziwa kuti mkazi wake ndi akazi onse analengedwa onse mu chifanizo cha Mulungu, angamawazunze iwo monga nyama za ntchito pamene iye apuma? Kodi tidzayamikira bwanji ubwino wa nyanja ya Chilwa ndi dambo lake pamene tiyiwononga?

Kudziwa Mulungu monga Mlengi, Wosamalira ndi Mwini wa moyo wathu kutithandize ife kusamalira chilengedwe.

Ngati a Khristu ku Malawi, sazindikira kuti dambo la Chilwa ndi la Mulungu ndipo munthu aliyense ayenera kukayankha kwa Mulungu. pakukhala wanzeru mmene agwiritsira ntchito zinthu za chilengedwe ndiponso kuzibwenzeretsapo kuti zisathe. Akatero ndiye adziwa kupembedza Mulungu kwenikweni.

3. Mawu otsiriza

Ife Akhristu a ku Malawi, chipembedzo chathu cha Mulungu chingakhale choona ngati tiyanjana ndi Mulungu ngati wotilenga, wotisunga ndi mwini wa moyo wathu. Chiyanjano ichi chimatheka kudzera mu imfa ndi kuuka kwa Yesu Khristu amene amatiyanjanitsa ife tokha, ife ndi anzathu, ndiponso ife ndi zolengedwa zonse. Mmene ife tizindikira kuti sitili patokha ngakhale kuti chilengedwe ndi chathu, tizindikira udindo wathu waukulu kukhala bwino patokha ndi anzanthu ndiponso ndi chilengedwe.

Za vuto la Kuonongeka kwa Chilengedwe m'Malawi muno

Joseph C. Chakanza

1. Ndi vuto la konse

Masiku ano anthu tonse tikuzindikira kuti chilengedwe chikusintha moti chikubwerera m'mbuyo. M'chaka cha 1990, pa msonkhano wachisanu ndi chitatu umene unachitikira ku Curitiba m'dziko la Brazil, nthumwi zinatulutsa uthenga wamadandaulo wokhudza zachilengedwe. M'mawu awo zinati:

> Tikumva chilengedwe chikubuula. Tsogolo la dziko lapansi silikudziwika. M'maiko onse a dziko lapansi pano tikuona chiononongeko cha chilengedwe. Nkhalango zikusakazika ku Asia ndi Africa. Zinthu zambiri zachilengedwe zikungozimirira. Kuonongeka kwa dziko kukubweretsa vuto losaneneka pakati pa anthu. Chifukwa cha kuchulukana kwa anthu ndiponso kudzadzana m'matauni , anthu ambiri akusamukasamuka. Izi zimabweretsa mavuto ambiri kwa anthu komanso pa zinthu za chilengedwe.

Nthumwizo zinazindikiranso kuti kupuwala kwa chilengedwe sikungathe ndi nzeru zokha zamakono, koma pafunika ndondomeko zina zokhudza umunthu wathu ndiponso kufufuza cholinga cha Mulungu pomulenga munthu ndi kumuika pansi pano. Mungagwirizane nane pamene ndikuti vuto la kuonongeka kwa chilengedwe tili nalonso kuno ku Malawi. Tikuona kutha kwa mitengo ya chilengedwe, kukokoloka ndi kuguga kwa nthaka, kutha kwa mitundu ina ya nyama, mbalame, nsomba, ndi zina zotero. Chiyambire ife pa moyo wathu wa chikhristu, nkhani ya kuonongeka kwa chilengedwe siimatchulidwa kwenikweni m'misonkhano yathu ya chikhristu. Kawirikawiri timangoti izi ndi zokhudza moyo wapansi pano ndipo zilibe ntchito pa chipulumutso chathu monga Akhristu, monga momwe timayimbira nyimbo ija kawirikawiri yoti:

> Kwathu si padziko,
> Ndingopitirira.
> Ndichitenji ngati,
> Kumwamba si kwathu
> Mgelo wakodola

Pakhomo la mwamba.
Ndipo dziko la pansi
Sindiyesa kwathu.

Nthawi zambiri timaganiza zomangolimbikira kupita ku tchalitchi kukapemphera ndi kusunga malamulo khumi a Mulungu, kuti tipulumuke. Maso athu alunjika kumwamba osati pansi pano. Kodi kumeneku ndi kumvetsa bwino chikhristu chathu ndi udindo umene tili nawo pansi pano monga Akhristu? Yankho ndi loti: Ayi! Mpingo uli ndi udindo wotidzudzula pamene chilengedwe cha Mulungu sichikusamalidwa bwino. Mpingo uyenera kulankhulapo pa mfundo zotukula chilengedwe poyang'anira kuti mibadwo ya mtsogolo idzasowanso zimene tili nazozi. Mogwirizana ndi zipembedzo zina, mpingo uyenera kulimbikitsa anthu kuti azitsatira malamulo oteteza ndi kusunga chilengedwe. Mpingo usowa kugwirizana ndi Boma ndi magulu ena amene amayesetsa kunketsa patsogolo mfundo yokhudza chilengedwe, monga pokonza tsiku lodzala mitengo kapena chionetsero cha ulimi.

Zonsezi ziyenera kuchitika chifukwa Akhristu amakhulupilira kuti kunja kuno kuli Mulungu amene anatilenga, amatisunga ndi kutipulumutsa. Mulungu analenga dziko lokongola lapansi pano kuti likhale malo achisangalalo. Munthu analengedwa mu chifaniziro cha Mulungu monga "bwenzi la zamoyo zonse" (Bukhu la Luntha). Koma pa nthawi yaitali anthufe takhala tikungoganiza kuti chilengedwe chili pansi pa ulamuliro wathu ndipo titha kuchiyendetsera monga tifunira. Mu uchimo wathu tachisakaza, tayiwalira maitanidwe ndi udindo wathu monga osamalira ndi alonda. Tsopano ino ndi nthawi yoti timve mmene mawu a m'Baibulo akutiuzira zoti tapatsidwa udindo wotumikira anthu anzathu ndi kukhazikitsa dongosolo labwino pa chilengedwe. Timakhulupirira mawu a m'kalata ya Paulo kwa Aroma (8:20-21) akuti: "Komabe panali chiyembekezo ichi, chakuti zolengedwe zomwe zidzamasulidwe muukapolo wa chivunde chija, ndi kulowa mu ufulu ndi ulemelero wa ana a Mulungu."

Ilitu si lonjezo chabe, koma likutikumbutsa kuti ife Akhristu tiyenera kuthandiza Mulungu kuti chilengedwe chisapuwale koma tiyesetse ndi nzeru zathu kuti tigwiritse ntchito bwino zinthu zachilengedwe, monga nthaka, mitengo, nsomba, zimene tapatsidwa ndi Mulungu kuti zitipindulire ife ndi mibadwo ikudzayi.

2. Vuto la kuonongeka kwa Chilengedwe m'Malawi muno

Ambiri mwa ife tinalipo pameme President Bakili Muluzi anatsegulira Pulojekiti yochepetsa kapena kuthetsa njala (Hunger Project) kwa Jali, m'boma la Zomba, pa 3 July 2001. Mfundo ziwiri zinanenedwa pa tsikuli, yoyamba inali yoti: njala ndi umphawi zili pakati pathu tsiku ndi tsiku. Yachiwiri imati tingathe kuchepetsa kapena kuthetsa njala ndi umphawi ngati titsata njira zoyenerera. Pa tsikuli, Mayi Eunice Kaunde anayamikiridwa kwambiri chifukwa cha kupambana kwawo pa ntchito yolima mbewu zosiyanasiyana ndi kasamalidwe ka ziweto ndi nthaka. Pofuna kuwayamikira ndi kuwapatsa ulemu pa ntchito yao, anapatsidwa chikole cha nyali yoyaka imene kale inapatsidwa kwa mayi wina wa ku Uganda chifukwa cha luso pa ulimi ndi kasamalidwe ka zachilengedwe ku dziko la kwawo.

Uthenga waukulu kwa ife tonse pa tsikuli poyang'anira zimene akuchita Mayi Kaunde ndi woti: nkotheka kuchepetsa kapena kuthetsa njala ndi umphawi ngati tingakhale ndi ukatswiri woyenerera kutukula zachilengedwe zimene Mulungu watipatsa. Chikufunika ndi nzeru ndi khama pakagwiritsidwe ntchito ka zachilengedwe kuti njala ndi umphawi zitheretu ndipo anthufe tizikhala osangalala pa dziko.

Pa 30 July 2001, Mfumu Lundu, mfumu yaikulu ku Chikwawa, inamwalira ndipo inaikidwa m'mudzi mwawo ku Lengwe. Mfumuyi inali yodziwika kwambiri pa ulimi makamaka wa mbewu zamasamba ndiponso kudzala mitengo ya mango. Iwo ankanyamula madzi otsilirira mbewu pa njinga kuchokera mumtsinje wa Mwanza tsiku ndi tsiku. Pamudzipo anadzalapo mitengo yambiri ya mango imene lero ikuoneka ngati nkhalango. Pa nyengo yogulitsa mango amapata ndalama zosachepera K100,000.00. Choncho luntha lawo pogwiritsa ntchito madzi a mumtsinje wa Mwanza ndi limene lasandutsa malo awo kuti akhale a "mwanaalirenji."

Tikati tibwerereenso ku nkhani ya kutsegulira pulojekiti yothetsa njala (Hunger Project) imene inachitika kwa Jali pa 3 July 2001, monga palibe mfundo zina zazikuluzikulu zimene tingazilingalire? Chifukwa chiyani anakhazikitsa pulojekitiyi kwathu kuno? Wadzetsa njala pa dziko lathu ndani? Monga ndi temberero la Mulungu kapena amanda? Monga sichochititsa manyazi ndi mantha kukhala ndi njala pa dziko pamene Mulungu anaikapo nthaka yachonde ndi zomera zambiri? Mafunso ndi nkhawa zimenezi zisowa mayankho enieni kuchokera kwa ife monga Akhristu a m'dziko la Malawi.

Akulu akale adati: "Dziko ndi anthu, nyama ndi mambala." Mfundo yeniyeni ya mwambiwu ndi yoti anthu ayenera kukhala mogwirizana pa dziko kuti atukule nthaka ndi zolengedwa zowakhalitsa moyo. Mambala ndi udzu wamtchire womwe sunapse ndi moto. Udzuwu anthu angaugwiritse ntchito pofolera nyumba, kumanga mipanda ndi ntchito zina. Koma ngati tiotcha tchire, tisadandaule ngati tinyowa ndi mvula chifukwa chosowa chofolelera. Choncho poyankha funso lija loti: nchifukwa chiyani tatsegula pulojekiti yothetsa njala pa dziko lathu yankho lathu podzera mu nzeru ya makolo athu ndi loti: sitinasamalire bwino tchire losapsa lija, zinthu zachilengedwe. Taotcha tchire limene linatsalira lija motero taononga chilengedwe.

Pa nzeru za makolo athu, dziko ndi mayi amene amasamalira ana ake powapatsa zosowekera zonse pa moyo wawo. Komanso ana ali ndi udindo wosamalira mayi wawo. Ana osadziwa kusamalira mayi wawo amadziitanira matemberero ndipo samakhala olemekezeka pa maso pa anthu. Funso kwa ife ndi loti: Kodi timamsamalira bwanji mayi wathu Malawi? Chifukwa chiyani mbali zina za dziko lathu zingooneka tetete, zosapatsa chidwi kwa aliyense? Kodi tinganene kuti chabweretsa maonekedwe oterewa ndi kusintha kwa nyengo, kusowa kwa mvula, napolo, miliri, kuguga kwa nthaka, ndi zina zotero? Ngakhale zoterezi zimabwera ndi kupita, pali china cholakwika pambali ya ife anthu pakasamalidwe ka mayi wathuyu, dziko lathu. Tikaona maiko ena monga dziko la Aigupto kumene mvula siimagwa yambiri ndipo m'madera mwina siimagwa kumene, kodi timamva kuti anthu akufa ndi njala kumeneko? Chifukwa chiyani kwathu kuno tikuvutika kupeza nkhuni zophikira m'madera ambiri? Nyama zamtchire zimene kale anthu ankasaka sizioneka popeza zinatha kuphedwa ndi alenje. Masiku ano kuti uzione uyenera kupita ku nkhalango zosungirako nyamazo. Chifukwa ninji nsomba zimasowa nthawi zina ndipo mitundu ina ya nsomba imasowa, siikuoneka kawirikawiri? Chifukwa chiyani nthaka yathu ili yoguga chonchi motero kuti ukolole zambiri usowa kutsira feteleza? Yankho pa mafunso onsewa lipezeka pa mmene anthufe tikuyendetsera njira ya ulimi ndi kasamalidwe ka zachilengedwe.

3. N'chiyani chikuononongetsa chilengedwe?

Chitukuko cha chuma m'maiko okwera ndi ongokwera kumene chimadalira zimene nthaka ndi zachilengedwe zina zimabweretsa. Chitukuko pa chuma chimabwera pokhapokhapo ngati anthufe tili ndi zofunikira pa moyo wathu kuchokera pa ntchito imene timaigwira, monga kulima, kupala matabwa, kukumba migodi ya miyala kapena malasha. Tiyenera kuzindikira kuti kusakazika kwa chilengedwe kumabwereretsa m'mbuyo chitukuko pa nthawi yaitali ndi kutizunza. Ngati chilengedwe chili chopuwala, chitukuko sichingapite patsogolo.

3.1 Kuononongeka kwa nkhalango zachilengedwe

M'dziko lathu lino la Malawi, pali zinthu ziwiri zimene zikubwezeretsa m'mbuyo chilengedwe. Izozi ndi kutha kwa nkhalango pongodula mitengo mwachisawawa ndiponso kukokoloka kwa nthaka yabwino motero kuti mbewu zathu sizikula bwino ndi kubereka zipatso zake moyenerera. Tikayang'anitsitsa m'chigwa cha Phalombe ndi m'madera ena a ku Thyolo, Mulanje, Chiradzulu ndi Blantyre, tikuona zitsanzo za kutha kwa mitengo yachilengedwe. Odziwa za nkhalango akutiuza kuti mitengo ikuchepa ndi 3% pa chaka. Pali zambiri zikuchititsa ichi. Mitengo yambiri ikuthera pa nkhuni zophikira, kuotchera njerwa, kuumitsa fodya, tiyi, ndi kupezera makala. Palinso ntchito zomangamanga ndi zosema ziboliboli zosowekera mitengo ndi matabwa. Kuchuluka kwa anthu m'madera mwina kwadzetsa kutha kwa mitengo chifukwa chofuna nkhuni zophikira. Kawirikawiri timangoona mitengo ya chilengedwe apo ndi apo kusonyeza kuti pali manda. Malinga ndi mwambo wathu, manda amakhala owirira ndipo anthu saloledwa kudulamo mitengo kapena kumwetamo udzu.

Pa nkhani za m'maboma za pa 12 August 2001 tinamva zinamuonekera munthu wina amene anali ndi khalidwe lomakaba mitengo kumanda ndi usiku nkumagulitsa nkhuni zake. Tsiku lina anachimina pamene ankangomva mtswatswa wodabwitsa, osadziwa kumene umachokera. Anayesa kuthawa koma mtswatswawo unkangomvekabe momuyandikira koma osaona chilichonse mpaka atatuluka mnkhalango ya mandawo. Anakasimba chinatsitsa dzaye kuti njovu ithyoke mnyanga!

Anthu ogulitsa makala mbali mwa nsewu ku Malosa

Chifukwa cha chidwi pa malonda chimene chaphatikizana ndi ufulu wosakasaka kungapezeke chuma, tikuona masiku ano kuti malonda a makala apita patsogolo malinga ndi kufunika kwawo m'matauni ndi m'mizinda yaikuluikulu. Apatu ndiye kuti mitengo yambiri yachilengedwe ikudulidwa tsiku ndi tsiku m'madera ambiri. Tikayenda pa msewu wa Zalewa timaona masaka ndi masaka a makala atangondandana, kuyembekezera ogula. Chimodzimodzinso pa msewu wa Machinga-Blantyre. Zoonadi, ambiri mwa ogulitsa makala ndi anthu osauka ndipo ukawafunsa kuti: bwanji mukuchita bizinesi yogulitsa makala pamene mukudziwa kuti mukutha mitengo yachilengedwe? Iwo amangoyankha kuti: "ndalama yogulira chakudya ndiipeza kuti ngati sindigulitsa makalawa? Sindikupeza wondilemba ntchito ndipo mu ulimi sindipezamo phindu lenileni. Kuba nkoipa ndipo sindingakonde kukagona ku ndende!" Choncho tikuonabe kuti mitengo yachilengedwe ikudulidwabe ndi cholinga chopeza makala ndi nkhuni zogulitsa. Nthawi zina apolisi amawagwira ogulitsa makalawa ndi kuwalanda matumba awo, koma izi sizithandiza kwenikweni chifukwa apolisiwo akangochokapo, amakala amabwereranso. Tikuonanso kuti moto wolusa, maka pa nthawi yachilimwe, umaononga mitengo yambiri, nyama, tizirombo ndi zomera za m'nkhalango. Umphawi wa m'midzi ukulepheretsa kusamalira bwino nkhalango ndi zomeramo. Tiyenera kuzindikira kuti matenda a AIDS/HIV amakhalitsa kumene anthu sadya mokwanira.

3.2 Kukoloka kwa nthaka

Vuto lina logwirizana ndi kuonongeka kwa nkhalango yachilengedwe ndi kukokoloka kwa nthaka. Ichi chimachitika pamene nthaka yapamwamba yopanda chitetezo china chilichonse, monga udzu ndi mitengo, imangokokoloka ndi mvula kapena mphepo. Pali madera ambiri mmene anthu amalima pamalo otsetsereka kapena m'mbali mwa phiri motero kuti madzi a mvula amangokokolola dothi. Timaona zimenezi ku malo ena monga ku Chiradzulu, Thyolo, Blantyre and Zomba. M'chigwa cha Phalombe ndi m'chigwa cha Shire muli mitsinje ina yopangika chifukwa cha kukokoloka kwa nthaka. Malingana ndi malimidwe osayenera, nthaka yaguga chifukwa chosaikamo udzu kuti uvundirire. M'malo moukwirira udzuwu pounga mizere, anthu ambiri amangothamangira kuwuotcha pososa. Mwinanso pounga mizere, sitikonza moti madzi a mvula adzaimemo. Zopanga mitumbira yaikulu yoteteza kukokoloka kwa nthaka zinasiyika kale. Enanso amakonda kulima m'mbali mwa mitsinje ndiye mvula yambiri ikabwera, nthaka imangokokoledwa n'kugwera m'mitsinje. Kudula mitengo imene ili m'mbali mwa mitsinje kwachititsa kuti magombe aonongeke ndipo nthaka inke ndi madzi. Tonse tikukumbukira zinachitika ku Phalombe, Nkhotakota, Karonga ndi ku Chigwa cha mtsinje wa Shire, mu zaka zapitazi pamene madzi a napolo anaononga nthaka, zinthu zachilengedwe ndi kubweretsa mavuto osaneneka kwa anthu ambiri. Zonsezi zinachitika chifukwa cha mvula yambiri imene inagwa m'madera amenewa. Komabenso chitetezo cha chilengedwe monga mitengo, udzu ndi zomera zina,

Kukokoloka kwa nthaka

chinali chochepa. Zoweta, monga ng'ombe, mbuzi, nkhosa, zikachulukitsitsa padziko, nthaka imakokoloka chifukwa udzu umapondedwa kwambiri n'kusiya kuphukira bwino.

3.3 Chiwerengero cha mtundu wa aMalawi chikukulirakulira

Tiyeneranso kuganizira nkhani ya kuchuluka kwa anthu muno m'Malawi amene padakali pano akuti afika pa chiwerengero chopitirira 10 million. Chifukwa cha kuchulukana, malo okhala akuvuta kuwapeza mbali zina. Anthu akusamukira ku madera ena kutsatira malo olima. M'malo ena anthu ali ndi minda yosakwanira kotero kuti nthaka imangoguga, ndipo sangathe kudzala mbewu zosiyanasiyana. Choncho chifukwa chosowa polima, m'madera ena anthu amangolowerera mu nkhalango zoletsedwa. Nanji ndi kuchuluka kwa ziweto, udzu wozidyetsera ukusowa. Izi zimadzetsa kuonongeka kwa chilengedwe ndi kusowa kwa madzi chifukwa amauma msanga pamene mitengo ndi zitsamba zina zaonongedwa.

3.4 Umphawi

Umphawi ndi wodziwika m'dziko lathu lino. Osauka ambiri ali m'midzi kuyesa kulima timinda tating'ono kotero kuti satha kupeza chakudya chokwanira. Chifukwa chosapezera chakudya chokwanira ndi malimidwe osayenera pamene nthaka ili yoguga kale. Anthu akulephera kukolola chimanga chokwanira chifukwa sangathe kugula feteleza wokwanira kutsira m'minda mwawo. Choncho chifukwa chosapeza chimanga chokwanira, anthu ena osauka amangochita ganyu m'minda mwa ena opeza bwino kuti apeze phoso, kusiya kulima m'minda mwawo. Umphawi m'midzi mwathumu umalefukitsa anthu kuti achite zamphamvu kudzitukula pa ulimi. Apa tikuona kuti nkhani yakupuwala kwa chilengedwe siyokhudza nzeru ya kalimidwe kamakono kapena kusowa chuma chotukulira ulimi kokha, koma ikukhudzanso mkhalidwe ndi mchitidwe wathu. Choncho kuti tichepetse kapena kuthetsa vutoli, pafunika kugwirizana pakati pathu kuti zinthu zisinthe.

4 Nkofunika kusintha mchitidwe wathu ndi chilengedwe

Tiyenera kusintha maganizo ndi mchitidwe wathu poyang'anira zimene tachita kuti chilengedwe chipuwale chonchi. Ndife tachipuwalitsa ndiponso ndife tikuzunzika. Tiyenera kulapa kwa Mulungu kuti sitinakhale akapitawo okhulupirika poyang'anira ndi kusamalira chilengedwe chake. Lero chilengedwe chatiukira ndi kutizunza, osati ife tokha komanso mibadwo yamtsogolo. Zonsezi zikuchitika chifukwa choti sitinamvetsetse bwino mawu a Genesis 1:26 oti: "Ndipo anati Mulungu, Tipange munthu m'cifanizo cathu: alamulire pa Nsomba za m'nyanja, ndi pa mbalame za m'mlengalenga, ndi pa ng'ombe, ndi pa dziko lonse lapansi, ndi pa zokwawa zonse zakukwawa pa dziko lapansi."(Genesis 1:26) Mmene mawu akuti munthu *alamulire* zachilengedwe, sakufuna kutanthauza kuti iye ali ndi ufulu kuchita chilichonse pa chilengedwe kapena zolengedwa. Mfundo yeniyeni ya udindo umene munthu anapatsidwa tikuimva pa Genesis 2:15 - "Tsono Yehova Mulungu anatenga munthu uja, namuika mu Edeni, kuti azigwira ntchito momwemo ndi kulonda mundawo."

Udindo umene Mulungu anampatsa munthu ndi woti azigwira ntchito m'mundamo ndi kumausamalira. Ngati Mulungu anampatsa munthu mbewu zosiyanasiyana kuti azidya ndiponso munda kuti aziusamalira, ndiye kuti munthu ayenera kulemekeza ndi kutsata chifuniro cha Mulungu pamene akuyang'anira chilengedwe. Tiyenera kuzindikira kuti ife ndife akapitawo chabe a Mulungu osati eni chilengedwe. Chilengedwe chonse mwini wake ndi Mulungu, angakhale anthufe tili apamwamba poyerekeza ndi zolengedwa zina. Choncho mmene tikuti tachimwira Mlengi wathu ndipo tiyenera kusintha mchitidwe wathu kwa chilengedwe, tikufunitsitsa kupitiriza ntchito yake kuti ipite patsogolo motero kuti tipeze moyo wabwino ndi mtendere. Kutembenuka mtima kwathuku kuoneke podzetsa ubwino ndi ulemelero kwa zonse timaziona ndi kukhala nazo m'chilengedwe. Dziko likusowa chithandizo chathu kuti lichiritsidwe ku matenda amene talipatsa. Olichiza ndife tomwe, tikaliteteza ndi kulisunga. Uwu ndi udindo wathu umene Mulungu amene anatilenga mwa chifaniziro chake kuti timtumikire pansi pano poyang'anira ndi kusamalira chilengedwe chake m'dzina lake anatipatsa. Nchifukwa chake, poyang'anira chifuniro cha Mulungu, munthu si temberero ku dziko lapansi koma dalitso. Mibadwo ikudza mtsogolomu iyenera kudzaona phindu la manja athu pa zachilengedwe. Tionetsetse kuti tisayibere mibadwo imene ikudza mphatso zimene Mulungu anayikonzera pachiyambi. Mwachitsanzo ngati tidula mitengo yambiri lero kuti tipeze nkhuni kapena makala, ndiye kuti ana athu akakula sadzalandira mvula.

Tikamapemphera, kodi timakumbukira kuti Mulungu watituma ngati akapitawo ake kuti tisamalire chilengedwe? Kawirikawiri timathamangira kuthokoza Mulungu chifukwa cha zimene timaona m'chilengedwe chake. Monga kodi timazindikira kuti iye watipatsa ntchito yoti tipitirize kulenga m'dzina lake pokhazikitsa dongosolo la udindo pa chilengedwe chake? Ngati sitinazindikirebe kuti Mulungu watipatsa udindo wosamalira chilengedwe mdzina lake, ndiye ino ndi nthawi yoti tidzifunsitse m'mitima mwathu.

Kukhala Mkhristu woyang'anira ndi kusamalira chilengedwe kulira kukhala woyanjana ndi chilengedwe monga mmene munthu amayanjanirana ndi mayi wake kuti azikhala bwino. Choncho Mulungu yemwe ali mwini wa chilengedwe adzatipatsa moyo wabwino. Pa Agalatiya 6:15 tikuwerengapo mawu awa: "Kuumbala si kanthu, ndipo kusaumbala si kanthunso, koma chachikulu ndi chakuti Mulungu apatse munthu moyo watsopano." Nkhaniyi ikupitiliranso pa Akolose 3:10: "Ndipo mwayamba moyo watsopano wabwino. Moyo umenewu, Mlengi wanu alikuusandutsa watsopano tsiku ndi tsiku kuti mumdziwe kwenikweni ndi kufanana naye." Potsilira ndemanga mawu amenewa, timawerenga pa 2 Akorinto 3:18 kuti: "Tonsefe opanda chophimba nkhope yathu, timaonetsa ulemerero wa Ambuye, monga galasi limaonetsa nkhope ya munthu. Pamene tilikuonetsa ulemerero choncho, Ambuye amene ali Mzimu, amatisandutsa kuti tifanefane naye, ndi kukhala nawo ulemero wake mochulukirachulikira." Kuti timvetsetse mu njira ya chiKhristu maphunziro a zachilengedwe, tiwerenge Aroma 8:19-22: "Zolengedwa zonse zilikudikira molakalaka kuti Mulungu aonetse ana ake poyera, pakuti zolengedwa zinagonjera chivunde, osati chifukwa zinafuna kutero ayi, koma chifukwa cha Mulungu amene anaweruza choncho. Komabe panali chiyembekezo ichi, chakuti zolengedwa zomwe zidzamasulidwe mu ukapolo wa chivunde chija, ndi kulowa mu ufulu ndi ulemero wa ana a Mulungu. Pakuti tidziwa kuti mpaka tsopano, zolengedwa zonse zili kubuula ndi kumva zowawa, zonga za mkazi pamene alikuchira."

Tingatolepo chiyani pa mauwa? Tikuzindikiritsidwa kuti Mulungu wayamba dongosolo lina la chilengedwe ndipo akuyembekezera ife kuti tilipitirize. Angakhale ndife amene takhala tikuzunza chilengedwechi moti chafika pobuula, pali chikhulupiriro kuti cholinga cha Mulungu chidzakwaniritsidwa. Chilengedwe chidzapulumutsidwa mwa Khristu tikalapa ndi kusintha maganizo athu olakwika. Choncho ndi udindo wathu monga Akhristu kuti tithandize kuombola chilengedwe ku chiononongeko ndi kudzikonda kwathu chifukwa tiyenera kuzindikira kuti chipulumutso chathu chagona pa chilengedwechi. Tidzatha kumdziwa Mulungu kudzera mkukoma kwa chilengedwechi.

5 Nanga tichitenji?

Pa mwezi wa June 1992, ku Brazil kunachitika msonkhano wotchedwa Earth Summit (Chikhalidwe cha Dziko Lapansi) umene unakonzedwa ndi bungwe la United Nations' Conference on Environment. Mfundo zinakambidwa zinali zokhudza chilengedwe. Panatuluka mafunso awa: Tichitenji? Tichikonze bwanji? Tichisamalire bwanji? Tichiyamikire bwanji? Nthumwi zonse zinazindikiritsana kuti pafunika kusamalira bwino komanso mwanzeru chilengedwe kuti anthufe ndi zolengedwa zina tisaononongeke koma tipitirirebe kukhalapo. Nanga ife tikuti chiyani pa mfundoyi?

a. Tikhale ozindikira kuti pali vuto lalikulu lokhudza kasamalidwe ka chilengedwe. Tiyesetse kudziwa ndi kumvetsa bwino zifukwa zake. Sikukwanira kungokonza apo ndi apo koma pafunika kusintha mitima yathu ndi kaganizidwe kathu pa nkhani ya chilengedwe.

b. Tikhale ndi chikumbumtima pa kagwiritsidwe ka zinthu zachilengedwe; kuikirapo zoononongeka, monga podzala mitengo ina chaka ndi chaka;

ndinso osangoika mtima pa malonda okha mmene chilengedwe chikuonongeka, monga mmene achitira ogulitsa makala kapena okokolola nsomba m'nyanja.

c. Tikhale okhulupirika potsatira zimene Ambuye wathu Yesu Khristu atiphunzitsa pa zoti chilengedwe ndi ntchito ya Mulungu ndipo ndi choyeretsedwa ndi Iye mwini. Panali munthu wina wozama pa zauzimu dzina lake Francis amene ankakhala ku Asisi mdziko la Italy. Iyeyu ankaona zachilengedwe ngati abale ake. Anapeka nyimbo yotchedwa Canticle of Brother Sun (Nyimbo ya Mbale Dzuwa). Munyimboyi zinthu zachilengedwe akuzitcha abale ndi alongo ake pa zifukwa zitatu izi: *poyamba*, zolengedwa zonse pamodzi ndi ife anthu tinachokera kwa Mulungu; *kachiwiri*, zolengedwa zonse zilipo chifukwa cha mphamvu ya Mulungu ndipo zili ndi cholinga chimodzi: kumtamanda; *kachitatu*, timaonamo zizindikiro za Khristu. Chimene kwenikweni akutanthauza apa ndi kuti zolengedwa zonse tili nazo pa ubale chifukwa ndi mphatso ya Mulungu yobweretsa chiyanjano pakati pathu. Zonse nza Mulungu, zonse zili m'chifaniziro cha Mulungu ndipo mdzina lake nthaka, mayi wathu, imabereka mphatso ya chakudya kuti tikhale moyo. Anthufe tiyenera kuzindikira udindo wathu pa chilengedwe kuti tibwezere Mulungu ulemu ndi chikondi chake osati mdzina la zolengedwa kokha komanso kudzera mu zolengedwazo. Mchikhulupiriro cha Francis, mphamvu yogwirira ntchito imene Mulungu watipatsa sitiyenera kuyigwiritsa padera koma mwachikhulupiriro ndi modzipereka kutukula chilengedwe. Choncho kusamalira chilengedwe ndi ntchito ya uzimu, osati ya wamba chabe monga momwe ife Akhristu timaganizira molakwika.

d. Tikhale ndi chikhulupiriro kuti mawu a m'Malembo Oyera angatiyalire maziko oti tithane nayo nkhani ya chilengedweyi. Zikuoneka ngati vutoli mtsogolo muno lizikhala likukambidwa-kambidwa mmipingo. Chifukwa chake nchoti Mulungu anatipatsa anthufe udindo woti tilamulire chilengedwe ndipo tapulumutsidwa ndi mphamvu ya Mzimu Woyera. Choncho nkoyenera kuti tisamalire chilengedwechi modzipereka ndi mtima wonse popeza nachonso chikuyembekezera kupulumutsidwa ndi Mulungu. Kusamalira chilengedwe ndi ntchito ya chikondi chodzipereka kwa anzathu poyang'anira lamulo la Mulungu. Maziko ake ali mwa Mulungu amene analonjeza kuti adzapanga dziko latsopano. Lonjezoli tikuliwerenga pa Chivumbulutso 21:1, 5:

"Pambuyo pake ndinaona thambo latsopano ndi dziko lapansi latsopano. Pakuti thambo loyamba lija ndi dziko lapansi loyamba lija zinali zitathawa." V.5: "Pamenepo wokhala pampando wachifumu uja anati, 'Tsopano ndisandutsa zonse kuti zikhale zatsopano."

6 Mawu otsiriza

Nkhani ya vuto la chilengedwe tiyenera kuyiona ndi maso a chikhulupiriro cha chikhristu. Tisangoyiona ngati vuto wamba longodza chifukwa cha kusasamala kwa anthu mzaka zapitazi. Angakhale nkhaniyi ikukhudza mbali zambiri za moyo wa munthu pa dziko lapansi pano, yankho lenileni sitinalipezebe. Apa tangotchulapo zina ndi zina zikupuwalitsa chilengedwe kwathu kuno, monga kusakazika kwa mitengo yachilengedwe osadzalirapo ina, kukokoloka kwa nthaka, kusowa kwa tchire lodyetsera ziweto, kupha nyama m'nkhalango zoletsedwa, ndi njira za kalimidwe kosayenera. Tanenanso zakusowa kwa polima pabwino chifukwa cha kuchulukana kwa anthu. Tangokhudza nkhani yoti khumbo la ndalama likuchititsa anthu ena kuti angoseseratu zachilengedwe zimene aziona ndi kuzipata kuti akagulitse. Tatchula zina mwa izo monga makala ndi ziboliboli. Funso lalikulu limene tiyese kuliyankha pa zakusakazika kwa chilengedwe ndi ili:

> Monga Akhristu achiMalawi, nkhani ya kusakazika kwa chilengedwe tikuiona bwanji? Ikutikhudza bwanji?

Kuti timvetse bwino za mmene nkhani ya chilengedwe ikutikhudzira, ndikukhulupilira kuti nzeru za kumakolo zingatithandize. Monga tanena kumayambiliro a nkhaniyi, *dziko ndi mayi wathu.* Ndani amene safuna kusamala mayi wake? Ndiponso amayi amakondwera akakhala ndi mwana chifukwa amati: "ndiye amene adzandisunge." Choncho kusakaza chilengedwe kuli ngati kuyalutsa mayi wako pomutayira ulemu womuyenerera. Angakhale ife tili chimodzi mwa zolengedwa, tisamaiwale kuti Mulungu watipatsa ukapitawo pa chilengedwe chonse. Kodi nanga pa ukapitawo wathu tizindikire ndi kudziwa ziti? Mwachidule nazi mfundo zisanu zimene zingatithandize kumvetsa za ukapitawo wathuwu:

1. Munthu ali pamwamba pa zolengedwa zonse. Choncho ubwino wa munthu aliyense uzikhala pa mfundo iliyonse tingayikonze yokhudza chilengedwe.

2. Munthu aliyense ali ndi udindo wolamulira zachilengedwe wochokera kwa Mulungu.

3. Mchilengedwe ndi mmene anthufe timapezamo zosowa zathu. Choncho umbombo, kusakaza, ndi kusasamalira bwino chilengedwe zimachititsa kuti ena asapate zofunikira zawo.

4. Anthu tonse mogwirizana tiyenera kusamalira chilengedwe. Kwathu kuno kuli mabungwe angapo osakhala a Boma ndiponso maunduna a Boma amene sayenera kungolekeredwa ntchitoyi.

5. Pakhale dongosolo lenileni la kasamalidwe ka chilengedwe. Pafunika anthu aphunzitsidwe za kufunikira kwa kusamalira chilengedwe ndipo afotokozeredwe zotsatira za kusamalira chilengedwecho.

Mitu tayiyalayi ingathe kuonedwanso mozama chifukwa ndi yothandiza kumvetsa za ukapitawo wathu pa chilengedwe.

Za Alembi a Bukuli

Joseph C. Chakanza ndi Mkulu wa Department ya Theology and Religious Studies ku Chancellor College, University of Malawi. Amaphunzitsa African Traditional Religion, New Religious Movements ndi Oriental Religions. Amakonda kupanga kafukufuku wa chikhalidwe cha chiAfrica komanso zipembedzo zatsopano. Pakali pano akuika pamodzi makalata amipingo yonse omwe analembedwa nthawi yosintha ndale za Malawi komanso akulemba buku lotchedwa African Instituted Churches in Malawi.

Felix L. Chingota Mkulu wa General Synod ya Church of Central Presbyterian (CCAP). Amaphunzitsa Chipangano Chakale ndi ChiHeberi ku Department ya Theology and Religious Studies. Amakonda kupanga kafukufuku wa Land and Human Sexuality.

Hilary B.P. Mijoga Ankaphunzitsa Chipangano Chatsopano ndi ChiHelene asanamwalire pa 21 March 2002. Anali Mkulu wa Kachere Centre for Research in Religion, Culture and Society. Ankakonda kafukufuku wa Human Sexuality, HIV/AIDS, Kalamulidwe Kabwino ndi Kusintha kwa Ndale m'Malawi.

Fulata L. Moyo ndi mphunzitsi wa Systematic Theology ndi African Theology ku Department ya Theology and Religious Studies. Panopa ndi Mkulu wa Kachere Centre for Research in Religion, Culture and Society. Amakonda kafukufuku wa Human Sexuality ndi HIV/Aids, Udindo Wabwino ndi Kusintha kwa Ndale m'Malawi.

Martin Ott wakhala akuphunzitsa Systematic Theology ndi Social Anthropology ku Department of Theology and Religious Studies, ku Chancellor College kuyambira 1997. Amakonda kufufuza za Chipembedzo ndi Chikhalidwa cha Africa, za African Christian Art, ndi za Chipembedzo ndi Ndale. Pazolemba zake walemba mabuku a *African Theology in Images* ndi *Malawi's Second Democratic Elections*. Pakali pano akugwira ntchito ngati Programme Manager wa "Forum for Dialogue and Peace", mgwirizano wa maboma a Malawi ndi Germany pochepetsa mikangano m'magulu, kusintha zinthu mopanda ziwawa ndiponso kudzidalira pa ndale.

To Dr. W. D. Tietz
with kind regards
Mauser

HANS FEY

COLIBACILLOSIS IN CALVES

HANS FEY

Veterinary Bacteriological Institute
of the University of Bern, Switzerland

COLIBACILLOSIS IN CALVES

HANS HUBER PUBLISHERS
BERN STUTTGART VIENNA

Library of Congress Catalog Card Number: 72 - 86355
ISBN 3 - 456 - 00302 - 1

Publication from the Veterinary Bacteriological Institute
of the University of Bern, Switzerland
partly supported by grant No. 4524 of the Swiss National Foundation
for Scientific Research

Printer: Meier & Cie, Schaffhausen
Printed in Switzerland

This work is dedicated to my former teacher
Prof. Dr. F. Kauffmann, Copenhagen

Contents

I. Introduction

Colibacillosis in all its clinical manifestations is the disease causing the most serious economic losses in newborn animals. Most of the indications concerning morbidity and mortality from this disease are based on estimations only which are difficult to make because the diagnosis of this syndrom is far from being precise. White scours, diarrhea in the newborn calf, infectious calf diarrhea, etc., are not necessarily coli infections. A very detailed outline of incidence of calf diseases and mortality rates is given by *Lovell* (1955). *Mayr et al.* (1964) in West-Germany report an annual loss of 10 % of the calves, with a variation of 5–26 %, owing to diseases of the newborn calf. That means the death of 570,000 calves, costing 57 million DM per year. The losses can be very severe and reach 100 % during a season on a given farm (*Dunne et al.,* 1956). *Murphy* (1954/1955) in a survey covering 133 farms reports an average death rate of 17.1 % due to white scours alone and states that this was (in 1937–39) by far the most serious disease of young calves in the North-Cork-Limerick area. *Amstutz* (1965a) reported estimates that 8–25 % of all calves die before they reach 2 months of age. If the calf loss is taken conservatively as 10 % and the U.S. Department of Agriculture's estimate of 42,563,000 calvings in 1964 with a value of $10 per calf is accepted, the annual loss would exceed $ 42 million per year. *Ottosen* in Denmark (1959) observed that the number of dead calves delivered to rendering plants steadily increased through the years 1949–57 from 7 to 10 %. In 147 herds which had a problem of calf mortality, the average death-rate was 22,5 % while in 64 herds with no such problem it was 3,5 %. In 43 % of 8715 dead calves examined at the State Veterinary Serum Laboratory of Copenhagen during 1949–56, a non-septicemic enteritis was found as the cause of death while coli septicemia was found in 20 %, pneumococcal septicemia in 8 %, and pneumonia in 11 %. *Krogh* (1971) reported a survey of the most important causes of mortality of 17,414 calves in Denmark during the years 1959–69. The survey shows a rise in the percentage of cases of non-septicemic enteritis and a corresponding fall in the percentage of specific infections. In Great Britain 89,000 colostrum-fed calves die annually (*Selman et al.* 1970). So it is quite evident that these statistics cover only the mortality of newborn calves and rarely show the losses specifically due to coli infections because of the uncertainty of the diagnosis cited above.

Gay (1965) divided the different syndromes associated with *E.coli* infections in the newborn calf into the following three forms based on bacteriological, clinical and pathogenetic grounds:

1) the colisepticemic form, 2) the enteric-toxemic form, and 3) the enteric form.

This very useful division will be followed in the present work. In this paper emphasis will be placed on the septicemic form of the infections because the author has considerably less experience in the second and third forms, and because the septicemic form alone can be clearly defined with regard to *E.coli* etiology: The organism can be recognized and identified in all organs where it is found in massive and pure cultures, except in the intestine (vide infra) whereas it is very problematic and in most cases not even possible to declare a coli strain isolated from the feces of a scouring calf, as the etiological agent of the disease.

2. Etiology

It is not the purpose of this article to describe *E.coli* in detail, as it is readily and routinely isolated and identified. The reader who wants precise information about the cultural, biochemical and serological characteristics of *E.coli* is referred to *Kauffmann's* "Enterobacteriaceae" (1954) and to the monograph published by *Sojka* (1965). I will, however, make the following remarks:

2.1. For the *isolation* of Enterobacteriaceae I strongly recommend the use of the Bromothymolblue-lactose-plate (BBL) which does not seem to be widely known, but which is easy to read because of the very clear contrast between the bright yellow colonies of lactose-fermenters and the actively blue salmonellae colonies and other lactose-non-fermenters. I prefer this medium to McConkey's plate and quite certainly to Endoagar.

2.2. *Toxins*

2.2.1. *Endotoxins* which in Enterobacteriaceae occur as a polysaccharide-lipoid-protein-complex and are associated with O-antigens are integrated into the cell wall. This toxic principle is common to many pathogenic and apathogenic gramnegative organisms. The original hope that a virulence factor was found with the endotoxins had to be abandoned; virulence and endotoxin content of a given strain are not parallel (*Göing and Kaiser,* 1969). There were no differences in toxicity of endotoxins extracted by the trichloroacetic acid method from colibacteria of different origin, and phenol-water extracted lipopolysaccharides had a comparable toxicity whether they came from pathogenic or non-pathogenic coli-strains or from *Salmonella* (*Bader,* 1969). The endotoxin complex can be extracted from bacteria in the amount of 5–10 % and it contains 45–60 % polysaccharide, 5–15 % lipoid A, 15–20 % protein and 10 % lipoid B (*Göing and Kaiser,* 1969). The toxic activity is bound to the whole endotoxin which is also immunogenic in the rabbit and to the isolated polysaccharide-lipoid A complex which is only poorly immunogenic. Both complexes have a molecular weight of several million (*Lüderitz et al.,* 1966) and are O-specific.

Despite the fact that endotoxin has nothing to do with primary virulence, it is accepted that its toxic activity aggravates the clinical disease once the infection is established, and the pathogenic organisms massively invade the host, either in the upper intestinal tract or as a septicemic condition. As early as 1927 *Smith and Little* found that culture filtrates of *E.coli* from scouring calves are very toxic for calves (1–2 months old) and for cows when injected intravenously, but not subcutaneously.

In view of the serious biologic effect of endotoxins, in the course of an infection with gramnegative organisms, immunotherapy and – prophylaxis would be highly desirable. But protection against the toxic manifestations of endotoxins with O-antibodies cannot be achieved in a manner similar to that in which corresponding antibodies can protect against exotoxins produced by grampositive organisms or certain animal poisons.

Radvany, Neale and Nowotny (1966) give a detailed description of the biological assays applied to endotoxins from *E.coli, S.marcescens* and *S. typhi.* They found that O-antiserum is able to neutralize some toxic reactions of endotoxic O-antigen preparations. Polymorphonuclear leucocytes are attracted by antibody coated endotoxin and this complex fully enhances nonspecific resistance.

Since endotoxin preparations are heterogenous, consisting of combinations of toxic and antigenic, nontoxic and nonantigenic, as well as nontoxic but antigenic components, it is difficult to give a molecular explanation for this kind of neutralization. It seems that the toxin-antibody dose range is rather critical. *Végh, Takats and Kovats* (1970) showed that homologous rabbit antiserum, when mixed with purified endotoxin from *E.coli, S.typhi* and *S.marcescens* before intradermal injection, neutralized the *Shwartzman*-inducing activity in rabbits. But they needed 0.9 ml. of undiluted hyperimmune serum for the neutralization of 100 micrograms (μg.) of endotoxin in 0.1 ml. saline. According to *Végh et al.* (1970) all the toxic effects of endotoxin have been reproduced by O-antigen free endotoxins containing only the toxophore group (*Kessel, Freedman and Braun,* 1966, *Kasai and Nowotny,* 1967). Antisera to endotoxins derived from O-antigen-deficient mutants can also neutralize the toxicity of the original wild strain (*Kim and Watson,* 1967).
In spite of these promising facts, endotoxin from gramnegative bacteria does not seem to be neutralizable in the same effective order as exotoxins derived from clostridia, and it is for this reason that antiendotoxic sera did not come into general clinical prophylactic and therapeutic use, as for instance diphtheria antitoxins.

2.2.2. *Enterotoxin from E.coli*

In order to demonstrate enteropathogenicity of V. cholerae *De and Chatterje* (1953) introduced the ligated rabbit-intestine test. *Taylor, Maltby, and Payne* (1958) adapted the test for the examination of pathogenic *E.coli* strains isolated from infantile enteritis and showed the need for the presence of living bacteria. *H.W.Smith and Sheila Halls* (1967b,c) used this test with strains of *E.coli* of animal origin and found that pigs, calves and lambs proved to be suitable subjects for studies by the ligated intestine test. They laparotomized the test animals under general anaesthesia, and ligated the small intestine into segments of 7.5–10 centimetres length. They injected 30 x 10^7 viable organisms into alternate intestinal segments of pigs, calves and sheep, a dose of 0.2 ml, was used in lambs, rabbits, rats and fowls. Uninoculated segments served as controls; 24 hours after the oper-

ation the animals were killed and the dilatation of the segments and the volume and character of their fluid contents recorded.
It was demonstrated that rabbits were less reliable, and rats, guinea-pigs and fowls were completely unsuitable for the detection of enterotoxin in animal *E.coli* strains. All strains of *E.coli* isolated from diarrhea pigs, dilated the ligated intestine of pigs, calves and lambs; only some of the strains did so in rabbits. Seven of 127 strains of *E.coli* from calves and 3 of 10 from lambs, all from epidemiologically unrelated cases of diarrhea dilated calf and lamb intestinal loops. All the 10 dilatation-positive strains, but none of the 127 dilatation-negative ones, produced severe diarrhea when given orally to colostrum-fed calves and lambs under 20 hours old, but failed to do so in 3-day-old calves. Enteropathogenic strains from infantile enteritis dilated the ligated intestine of rabbits, but not that of pigs, calves and lambs. In pigs, calves and lambs the anterior part of the small intestine was best suited for the test. Susceptibility decreased posteriorly. In experiments with calf strains *Smith and Halls* (1967b,c) found that 14 septicemic strains (3 belonging to 78 : 80 B, 11 not typed) did not dilate calf intestinal loops, 7 strains from cases of diarrhea (1 08:K? , 2 09:K9, 3 101:K, 1 untypable) consistently produced dilatation of the calf intestine. None of 120 non-typed or untypable strains from calf diarrhea was positive in this examination. It must be emphasized that these "diarrhea"-strains had been isolated from the small intestine or the feces and are therefore not necessarily responsible for the pathological condition. *Smith and Halls* (1967b,c) concluded that for a strain of *E.coli* to cause diarrhea it must be able to produce enterotoxin, i.e. the substance responsible for dilatation of ligated intestine.
In a following paper the same authors (1967b,c) working with pigs, found the best method to prepare cell-free preparations of *E.coli* enterotoxin to be the soft agar culture. They observed a complete correlation between the results, obtained with live organisms and those with cell-free culture fluids, indicating that enteropathogenic *E.coli* produce the same dilating substance (the enterotoxin), whether they multiply in the ligated intestinal loop or on soft agar. The enterotoxins produced by different serotypes are probably closely related. Endotoxin, produced in three different ways, did not dilate ligated intestine. The enterotoxin, produced by *Smith and*

Halls (1967b,c) was relatively heat-stable, it was not affected by 100° C for 30 minutes, but was destroyed by 121° C for 30 Minutes.

Gyles and *Gyles and Barnum* (1968, 1969, 1971) worked with enterotoxin from *E.coli* strains enteropathogenic for pigs. This is reported here because it may be that their findings are also valid for calf strains. They experimented with sterile lysates of ultrasonicated *E.coli* cultures which proved to be enterotoxic. Fifty milligrams of such a lysate in a 4 millilitre volume are considered a standard dose per loop. The sterile filtrate which is kept deep frozen or in the lyophilized state is preserved with Neomycin, which causes a negligible reduction of the toxic activity, but controls the endogenous coli population. Using strains of the *E.coli* OK-groups 139:82B, 78:80B, 141:85a,c:88a,c and 138:81B:88a,c they found enterotoxin in sterile lysates with 19 of 20 coli strains which dilated the ligated intestine. The enterotoxin, produced by a strain 8:87B:88a,b was heat-labile, not dialyzable and was precipitated by ammonium sulfate. When endotoxin, the polysaccharidic K-antigen and the K-antigen 88a, were isolated from the same coli strain all preparations proved to be non-enterotoxic. Antiserum produced by immunization of rabbits with living cultures neutralized the enterotoxin of the homologous and of the different strains.

Recently *Gyles* (1971) reported experiments which he carried out with *Smith*. These authors succeeded in clearly distinguishing 2 enterotoxic factors: a heat-stable toxin = ST and a heat-labile toxin = LT. ST preparations were heated soft agar culture fluids and LT preparations were produced from sterile lysates of agar-grown cultures. Sixty *E.coli* strains, 40 of which were isolated from outbreaks of diarrhea and belonged to 15 serotypes, were classified into three groups: one consisting of enteropathogens that produce both LT and ST, a second with enteropathogens that produce ST only and the third with nonenteropathogens that produce neither LT nor ST. An association of the production of LT with the possession of the K 88 antigen was observed, but the antigen K 88 itself is not enterotoxic.

LT is completely inactivated by heating at 60° C for 10 minutes, it is antigenic, but only poorly so, it is nondialyzable, retained by Diaflo membrane XM-100 and excluded by Sephadex G 200 which indi-

cates that it is a large molecule. ST is only slightly affected by 100° C for 30 minutes, it is nonantigenic and dialyzable being a much smaller molecule than LT. The ability of *E.coli* strains to produce ST was successfully transferred by *Smith and Halls* (1968b) from donors to other coli strains and Salmonellae. *Smith and Gyles* (1971) repeated these mating experiments with LT with similar results and, using pairs of Ent^+ and Ent^- variants of the same *E.coli* strains, they proved that the diarrhea produced could only be attributed to the enterotoxin. *Moon and Whipp* (1971) reported that crude, heat labile enterotoxin in addition to dilatation of the ligated loop in pigs, rabbits and dogs, causes an increased vascular permeability after intradermal application to the rabbit and guinea-pig and plantar oedema in the rat.
It must be pointed out again that while these results derived from experiments with *E.coli* from pig's diarrhea, they must be taken into consideration for calf diarrhea too.

2.3. *Typing of E.coli*

2.3.1. *Serotyping*

The first to attempt to type coli strains from white scours in calves by serology was *Lovell and Hughes* (1935; cited by *Lovell* 1959), a fact that has unfortunately been overlooked for a long time. They examined 43 strains isolated from 100 calves and, by precipitation of carbohydrates, found 8 different serotypes. The modern coli serology has been established by *Kauffmann* (1954) who in 1943 discovered that the thermostabile O-antigen of *E.coli* is masked by thermolabile L-antigens which render the living strain O-inagglutinable. Together with his co-workers *Knipschildt and Vahlne,* he found two additional superficial antigens, the A- and B-antigens, which together with the L-antigen were summarized under the designation K-antigen. These 3 antigens form either true capsules (A) or envelopes (L and B) and are differentiated by means of their heat stability and agglutinin-binding capacity. Using the slide agglutination for antigen analysis, *Kauffmann* succeeded in setting up the first diagnostic antigenic schema for *E.coli* with regard to the technique of coli serology the reader is again referred to *Kauffmann* (1954), *Sojka* (1965) and *Fey* (1955a).

A few remarks can be added: O-grouping gives only a notion of the distribution within a collection of coli strains, it is not good enough for identification and epidemiological tracing. For a reasonable identification of a given strain its K-antigen must be determined. The result should be designated as OK-group (OB-, OL-, OA-group) and not as a serotype which was also emphasized by *Glantz* (1971). When OK sera are used for slide agglutination, the O-antigen must be determined with the boiled culture since the OK-sera reveal only the K-antigen of a living culture and the corresponding O-antigen must not be deduced simply from the presence of a given K-antigen. For instance, the K-antigen 80B which was first described in septicemic strains O 78 by *Fey* (1956;1957b) has recently been identified by *Glantz* (1971) with O groups 21, 25 and 124 from neonatal bovine colibacillosis. Final proof of identity of a serotype can only be gained when the H-antigen determination is included. The simple agglutination with OK-sera can give misleading results and an individual or an animal can be mistakenly regarded as the source of an infection, which happened to my experience. If this fact is borne in mind the OK-agglutination is a valuable tool for routine diagnostic and epidemiological screening.

Since there is no differential medium for pathogenic *E.coli* there is no alternative to examining at least 10 colonies by slide agglutination. In order to prove that a given OB-group was absent in a culture, we generally agglutinated 50–100 colonies which, in the negative case, meant that less than 2–1 % of the colonies belonged to the respective OB-group.

For very precise identification it may be useful to determine not only the serotype, but, by additional fermentation reactions, also the biotype. This has been done by *Fey* (1957b), who classified 73 strains belonging to O 78 (which in Switzerland and elsewhere is the most important septicemic group) into 4 sero- and 9 biotypes.

It is very important to know that a coli sero- and biotype can be regarded as practically constant, i.e., it does not undergo any changes in its behavior so frequently that this would interfere with a reasonable diagnostic and epidemiological identification. This has been questioned for decades, first in connection with Salmonellae and then with *E.coli* from infantile enteritis. These discussions are based on a misunderstanding: it is evident that, from the solely genetic point of view, a pure culture simply does not exist, there are always mutants and variants in a population which occur with a frequency of some 10^{-6}, but they can only be detected with special techniques which favour the mutant. The mutant is, phenotypically, not recognized in the mass of organisms which form a colony, so that the isolates preserve their characteristics over a long period. This is of course not true for the resistance pattern because the impact of an antibiotic favours the resistant minority in a population selectively, thus changing an originally sensitive population to a resistant one.

The diagnostic scheme for coli serology comprises today the O-antigens 1–150 the K-antigens 1–91 and the H-antigens 1–49 (*F. Ørskov* 1971, personal communication). The first to use *Kauffmann's* scheme for the serological typing of *E.coli* isolated from calves was *Wramby* (1948) who examined septicemic and normal calves and looked at the distribution of the coli O groups within these animal groups and in the different organs of each individual. He was followed by *Bokhari & Ørskov* (1952), *Ulbrich* (1954) and *Fey* (1957a,b). From table I it is quite evident that, in cases of septicemia, certain O-groups predominate, a fact which has already been recognized by *Wramby* (1948). He found little difference between the frequency of occurrence of the various O groups in the intestine of septicemic calves and normal calves, with the exception of O group 9. This O group was also of a high frequency in the material of *Ulbrich* (1954), *Rees* (1958), *Gossling et al.* (1964b) and *Glantz* (1971) who included strains from enteritis cases in their list. If strains, isolated from the organs of septicemic calves, are compared, a marked preponderance of certain O groups is easily recognizable. O 78 is the most important group in many countries, according to the list in table I it takes the following positions: 5./3./1./1./1./1./1./0./1./13. This O group has been described in detail and its K-antigen determined as 80B by *Fey* (1957b). Other O groups which occur quite commonly in the septicemic material are O 15, O 115, O 8, O 9, O 117, O 86. Group O 137 plays a major rôle in *England* (*Rees,* 1958) O 55 in Belgium (*Kaeckenbeeck and Thomas* (1960) and O 101 in Ontario and USA (*Gossling et al.* 1964b, *Glantz* 1969, 1971), whereas O 78 which is so important in Europe, is insignificant in the latter two countries. The significance

TABLE I

Results of O-grouping of *E.coli* strains from colibacillosis of calves in different parts of the world

Reference	No. of strains or cases studied	Type of colibacillosis	O-group	No. of strains	%
Wramby (1948)	1167	Septicemia	15	214	18.3
			8	137	11.7
			9	109	9.3
			117	97	8.3
			78	54	4.6
			45	53	4.5
			115	49	4.2
			18	29	2.5
			32 other groups	421	
Bokhari and Ørskov (1952)	155	Septicemia	78	18	
			15	15	
			115	10	
			117	6	
			8	6	
			9	6	
			45	5	
			26	4	
			16 other groups	21	
Ulbrich (1954)	78	Septicemia and enteric colibacillosis	9	9	
			8	7	
			78	6	
			4	4	
			7	4	
			8 other groups	11	

Table I continued

Reference	No. of strains or cases studied	Type of colibacillosis	O-group	No. of strains	%
Fey (1957a)	105	Septicemia	78	29	27.6
			115	15	14.3
			86	10	9.5
			15	8	7.6
			117	8	7.6
			15 other groups	31	
Fey (1957b)	154	Septicemia	78	55	35.7
			other than 78	99	44.3
Rees (1958)	129	Septicemia and enteric colibacillosis	78	15	
			137	7	
			9	4	
			35	4	
			15	2	
			86	2	
			117	1	
			3 other groups	5	
			unidentified	89	
Kaeckenbeeck and Thomas (1960)	278	Septicemia	78	55	
			55	50	
			86	28	
			15	20	
			88	9	
			23	6	
			20	5	
			34 other groups	47	

Table I continued

Reference	No. of strains or cases studied	Type of colibacillosis	O-group	No. of strains	%
Dam (1960)	431	Septicemia	78	185	42.9
			115	61	14.2
			15	20	4.6
			88	12	2.8
			45	11	2.6
			117	10	2.3
			114	7	1.6
			93	5	1.2
			34	5	1.2
			68	5	1.2
			5 other groups	7	1.6
			unknown	103	23.9
Gossling, McKay and Barnum (1964b)	265	Colibacillosis strains from feces, intestine and organs	9	45	
			101	29	
			15	26	
			17	19	
			115	13	
			119	11	
			20	10	
			8	9	
			4 other groups	29	
Willinger (1965)	120	Septicemia	78	28	23.3
			9	4	
			15	4	
			45	2	
			26	1	
			86	1	
			101	1	
			115	1	
			not grouped	42	

Table I continued

Reference	No. of strains or cases studied	Type of colibacillosis	O-group	No. of strains	%
Glantz (1971)	277	Neonatal bovine Colibacillosis	Enteritis strains:		
			2a	33	
			9	18	
			Septicemic strains:		
			15	22	
			101	20	
			17	14	
			75	12	
			88	12	
			115	12	
			55	10	
			8	8	
			26	8	
			117	8	
			78	2	
			38 other groups	98	

of these serological findings for pathogenesis and epidemiology will be discussed in the relevant chapters. In his extensive study *Wramby* (1948) mentioned that 76.1 % of the strains from septic material possessed no K-antigen, which was discussed by *Gay* (1965). *Wramby* (1948) agglutinated his living strains on a slide with the homologous O-serum and accepted as K-plus only those that were completely O-inagglutinable. This was certainly incorrect, since O-inagglutinability is quantitatively dependent on the presence of more or less K-antigen, but not on an all or none-phenomenon. Routinely, the presence of a K-antigen can be accepted, if the difference in the O-agglutination titer between the boiled strain (K-antigen destroyed) and the living strain (K-antigen present) is high. The absence of a K-antigen is certain only if the living strain absorbs only O antibodies out of a OK serum leaving the K antibodies unabsorbed. Using this technique *Fey* (1957a) demonstrated that 98.9 % of 91 O-groupable coli strains from calf septicemia possessed a K antigen and 100 % of the O 78 strains carried the B antigen 80. It is therefore rather unlikely that *Wramby's* material differed in this respect.
These considerations are quite important because K plus strains are more resistant to phagocytosis, bactericidal action of serum and bacteriophage and generally more toxic than the K minus form of the same strain (*Sjöstedt,* cited by Fey 1955a).

2.3.2. *Phage typing*

H.W.Smith and Crabbs (cited by Smith 1960a, 1963) used a bacteriophage method to classify *E.coli* from the alimentary tract of calves. This study showed the complexity of the ecologic conditions. Seventy different types were found in the feces of the healthy calves in one herd and 32 types were discovered in scouring calves; the different types were shared by healthy and ill calves. *Smith* (1960a) cultivated 10 fecal samples from 10 healthy calves, and typed 150 strains, but from only one of the 10 samples were all 150 colonies of the same bacteriophage type.

2.3.3. *Colicines* which are antibiotically active substances elaborated by certain Enterobacteriaceae, can also be used for additional typing. But this is not in common use. In collaboration with *Papavassiliou* (unpublished data) *Fey* found that 19 of his 29 strains of the OB-group 78:80B produced colicine which could be classified into 5 types.

2.4. *Hemolysin* which is so important in the primary diagnostic recognition of enteropathogenic strains from pigs (O groups 138, 139, 141 and 8 (*Sojka* 1965) does not play any role in the differentiation of calf strains. It is interesting to note that *Smith and Halls* (1967a) found a genetic factor (designated as Hly) in 10 of 53 strains of *E.coli* pathogenic for pigs; the latter was responsible for α-hemolysin production and it was transmittable to other organisms, including shigellae and salmonellae as well as *E.coli* by conjugation. They considered this factor as probably a plasmid.

2.5. *Drug resistance*

During the past 20 years, extensive use has been made of antibiotics and sulfonamides for therapy, disease prevention and for growth promotion, especially with tetracyclins. This led to a general development of considerable resistance to most of these drugs and hence they can no longer be regarded as an efficient tool for therapy. The replacement of sensitivity by resistance during chemotherapy is extremely rapid and can take place within 24–48 hours of administering a chemotherapeutic agent (*H.W.Smith,* 1960). *Smith's* studies (1958) of white scours revealed the presence of many more drug-resistant *E. coli* in the feces of calves in herds, in which the calves were given drugs therapeutically or prophylactically than in calves in herds, in which chemotherapy had never been employed. *Smith* (1960a) also studied the presence of drugresistant *E. coli* in the feces of calves of different categories comprising 537 calves under 2 weeks of age. In group B (5 farms) where all calves were given 32 mg. chlortetracycline twice daily, as many as 84 % of these had tetracycline-resistant *E.coli* in their feces as compared to only 6 % of the group A calves which had never been given drugs. The proportion of resistant strains in the group C calves (which still scoured despite drug treatment) was very high. The same was true for the untreated group D from herds where drugs has been used previously and the equally high figures in group E (market calves) indicated that widespread use of chemotherapeutics in the prevention and treatment of calf scours may render the whole *E.coli* population of the general calf population remarkably resistant. *Reisinger* (1965) states that because of this increased incidence of resistance, the tetracyclines are no longer effective against *E.coli.*

This unfortunate situation became even more pronounced when it was evident that multiple resistance had an ever increasing frequency. This kind of resistance is transferred between Enterobacteriaceae and other gramnegative rods after a cell-to-cell contact (conjugation) has taken place The responsible agents are some extrachromosomal DNA elements which, during conjugation, pass from a resistent donor cell through a so-called sex pilus to the sensitive acceptor cell, thus rendering it multiply resistant as well. For an effective transfer the presence of an R-factor, carrying the multiple-resistance information and of a transfer factor, responsible for transmittance, are necessary (*Lebek*, 1969), *Watanabe* (1971). So there are two different main processes which lead to increased resistance:

1) a spontaneous mutation of a hitherto sensitive strain to a resistant one with subsequent selection of the few resistant organisms by ecological pressure of the antibiotic administered, thus rendering the whole population resistant.

2) transfer of the genetic information for multiple resistance to sensitive strains *in vitro* and *in vivo* and followed by selection.

This led to the startling situation that today the majority of coli bacteria and other organisms are resistant to a broad pattern of chemotherapeutics. *Aden et al.* (1969) found 57 of 92 coli strains isolated from calves and pigs in 22 farms to be resistant against one to several chemotherapeutics, most frequently the tetracyclines, streptomycine and sulfomethizole, but not against chloramphenicol, colistin, nitrofurantoin and nalidixic acid. Forty three of the 57 resistant strains were able to transfer resistance with a variable frequency. There has been concerned discussion in the past few years with regard to the responsibility for this alarming situation. Since antibiotic resistant coliform bacteria have frequently been shown to emerge when antibiotics have been added to animal feedstuffs (*Starr & Reynolds, Smith & Grabb. Goldberg et al. Edwards:* according to *Jones,* 1966), and the development of resistant Salmonellae in cattle was shown to be directly proportional to the amount of tetracycline in their diet (*E.S.Anderson* (1967), *Garside et al.* (1960), *Hobbs et al.* (1960). Antibiotic feed additives have been blamed and the *Joint Committee on the use of Antibiotics in Animal Husbandry and Veterinary Medicine published the so-called "Swann Report"* in 1969 which contained much evidence for this and which recommended the more critical prophylactical and therapeutical use of antibiotics in animal husbandry. This report has been criticized by *Jukes* (1969), *Kiser, Kemp and Jarolmen* (1970), and by *Cyanamid International* (1970). Two points from this criticism should be discussed: 1) it was claimed that infection by an R factor caused a loss of virulence in *S.cholerae suis,* 2) that the transfer of infectious resistance *in vivo* does not occur frequently enough to form a public health problem.

With respect to the first point *Watanabe* (1971) showed that rough mutants of *S.typhi murium* have increased recipient abilities for R factor and other episomal elements. It is therefore more likely that rough mutants which are originally less virulent than the smooth form pick up the R factors with a higher frequency and are then favoured by the antibiotic.

With respect to the second point, the frequencies of *in vitro* transfer of R factors between *E.coli* K 12 strains are about 10^{-2} per donor cell for one hour mixed cultivation (*Watanabe,* 1971). For R transfer from *E.coli* to *Salmonella* the frequencies are even lower, and it is not possible to determine the frequencies of R transfer *in vivo. Kiser et al.* (1970), as a result of unsuccessful experiments to colonize the intestine with R factor carrying *E.coli*, deduced that this lack of persistence makes it unlikely that resistance transfer occurs in practice, therefore being of no epidemiological significance. It is well known that the persistent implantation of a new strain into the autochthonous intestinal flora can be achieved only very irregularly and the conditions for successful colonization are unknown (*Fey,* 1957c), on the other hand it occurs freely when man and animals live in close contact. From an epidemiological point of view there is ample evidence that exchange of R factors takes place more frequently than is generally believed. *Lebek* (1969) found that among 828 unselected strains of *E.coli* of human origin, 58.2 % were resistant to one ore more of the tested antibiotics and chemotherapeutics,

94.8 % of which carried a transferable R factor. On the other hand, the salmonellae isolated from patients during an epidemic almost always contained contagious R factors. Many of these Salmonella strains have been examined in the Swiss Salmonella Center attached to our institute, and proved to be perfectly smooth and could be typed easily (i.e., no rough forms were present). In 88 fecal samples from patients with sporadic Salmonellosis, diagnosed by *Lebek* (1969), 74 contained bacteria with R factor. In the fecal flora of 72 of a group of Bernese school-children, resistant enteric bacteria could be found; 66 of these strains transferred their drug resistance to recipients by conjugation. If resistance of enteric bacteria, especially that of transferable nature, is as widespread as indicated, every effort should be made to bring it under some sort of control. It is the author's opinion that the responsibility should be shared between medical and veterinary medical doctors who use antibiotics sometimes abundantly for such therapy and the industries producing feed additives for animal production. It has been strongly recommended that only certain antibiotics which are not used for the control of pathogenic organisms should be added to animal food. Flavomycin is being one of them (*Bauer and Dost,* 1969).

3. Clinical symptoms of colibacillosis

Colibacillosis affects the very young calf, chiefly during the first two weeks of life; the septicemic form usually kills the animals 3–6 days after birth. Newborn calves appear to be healthy at birth and ingest colostrum. Some of them however are already weak on the first day and for them the hazard is greatly increased, because it must be assumed that infection takes place at the very first extrauterine contact, i.e. during birth. There are three different clinical forms which have been defined by *Gay* (1965) and which most probably are based on a different pathogenetic mechanism:

3.1. *The colisepticemic form*

The course of this form is very acute and dangerous. The newborn calves suddenly cease drinking, they show signs of prostration, are unable to stand, and the eyes have a sunken appearance. The respiratory and heart rates are elevated, diarrhoea may or may not appear, and if it does the young animal undergoes a rapid dehydration which leads to death (following a state of coma) one to a few days after the onset of the illness. The course can be so rapid that the veterinarian is generally called too late to see the calf alive. It is very important for the veterinarian to encourage the farmers to notify him immediately on the death of the first calf so that a correct autopsy with bacteriological examination can be arranged with the aim to prevent further losses. The septicemic distribution of the causative organisms is observed as a rule, but among certain individual animals there exists a predilection for joint cavities and the leptomeninges resulting in arthritis and meningo-encephalitis. Animals with the latter affliction show somnolence, paresis, opisthotonus, ataxis, spasms, mydriasis etc. (*Walser* 1962).

3.2. *The enteric form*

In this type (white scours) diarrhea is the most prominent sign, dehydration varying from mild to severe. The feces are fluid due to excessive liquid production in the intestine, and they are malodorous, yellowish or gray-white. Enteric colibacillosis is mainly a herd problem, after the first few cases a build-up of a real enzootic with severe losses can occur, depending very much on the local management conditions. In other premises only an occasional lethal case is observed. If the calves do not die rapidly, they may remain ill for weeks without gain of weight or may even recover. This form of colibacillosis is most common in England (*Lovell* 1955, *Sojka* 1965), Ireland (*Murphy,* 1954/55), Canada and the USA (*Barnum, Glantz and Moon* 1967), *Dunne, Glantz, Hokanson and Bortree,* 1956), whereas the septicemic form is prevalent in Switzerland.

3.3. *The enteric toxemic form (Gay, McKay and Barnum* 1964b)

In the study cited above, this form of colibacillosis was observed in individual cases. The onset is very sudden with collapse and extreme prostration. The course is so rapid that usually no diarrhoea occurs, death comes usually within 6 to 16 hours of the onset after the animal loses its muscle tone and becomes paralytic. There is no bacteriemia, but a massive proliferation of *E.coli* in the lower and middle portions of the small intestine. The coli strain, which are of the mucoid type, belonging to O groups 9 and 101 and carrying a capsular antigen A do not invade beyond the mesenteric lymphnodes.

4. Pathology

In the septicemic and the enteric forms of colibacillosis extreme dehydration with sunken eyes, distension of the intestinal tract with increased fluid and pasting of the perianal area with malodorous fluid or semisolid feces may be found.

4.1. *Pathology of colisepticemia* (*Dam,* 1964, *Barnum et al.* 1967)

The lesions are not characteristic and consist of slight swelling of the spleen (if at all) with scattered subcapsular petechiae, scattered subepi- and subendocardial petechiae and catarrhal enteritis with moderately enlarged, hyperemic mesenteric lymphnodes. A fibrinous peritonitis and polyarthritis may exist. In cases of very rapid death the calves are usually well hydrated and the intestinal tract appears normal. When the septicemic condition lasts for several days inflammatory alterations in the meninges and the brain may occur as found by *Fankhauser* (1960) in 12 of 16 of *Fey's* cases, most of them belonging to 78:80B. Three cases were detected only by histological examination as meningitis. The meningitis and chorioiditis was purulent and some of the brains showed severe destructions in the form of hemorrhagic encephalomalazia, two of them with purulent masses in the ventricles which blocked the liquor flow and caused hydrocephalus internus. Panophthalmia is frequently observed in our material.

4.2. *Pathology of enteric colibacillosis*

As a result of the intestinal distention the gut walls are thin and atonic. The contents are liquid, but mucoid and very often gaseous, especially in the rectum. The organs are generally not altered except for congestion of the intestine and frequently the lungs. The intestinal congestion can be so advanced that the contents are mixed with blood. For this reason, it has long been accepted that the intestinal lesions are inflammatory in nature, and this is certainly true in many cases. But following *Smith's* (1963, 1971) report on histological examinations in normal and scouring calves this statement must be very critically reviewed: Colostrum-fed calves (one of which scouring and two normal) were given 1.1 liters of milk and killed 2 hours later by giving Nembutal intravenously. Macroscopically, the alimentary tract appeared normal at the time of death in all three calves. Six hours later, the macroscopic appearance closely resembled that of inflammation and the contents of the tract were bloodstained. Histological examinations in some of the animals revealed that some desquamation of the villous tips of the mucosa had occurred, even within one and one-half hours of death. Shedding of the villous epithelium was marked after six hours and complete disruption of the intestinal structure had occurred by 12–24 hrs. after death.

According to the examinations it is evident that shortly after death, reliable information on histological alterations of the alimentary tract is seriously limited.

On the other hand, in severe cases a catarrhal, mucopurulent or even hemorrhagic enteritis does occur (*Barnum et al.,* 1967). However, the lesions do not reach the grade of Shigella dysentery in man, which is defined by *Formal et al.,* (1971b) as a syndrome in which blood, inflammatory cells and mucus are present in the watery stool and in which ulcerative lesions of the colonic mucosa are formed, but *Moon and Whipp* (1971) compared enteric colibacillosis with human cholera.

In any case, there is a gap in available information which can only be filled by examination of calves killed shortly before death and the intestine of which are submitted to histological examination within minutes.

Osborne (1967) examined newborn calves after experimental infection with a composite inoculum of *E.coli* serotypes (78:K:NM, 15:54:NM, 9:35:10, 26:26:60:11 and 119:69:4), given orally every day for a maximum of 10 days. He observed diarrhea 1 to 3 days after the initial dose. Severe gastroenteritis developed and 18 of

33 calves died. The most common lesions were vascular stasis. edema, hemorrhage, and thromboemboli that were especially prominent in the microvasculature.
Cohrs (1942) described hyperkeratosis of the omasum in several calves that were a few days old, which he related to A-avitaminosis. The importance of vitamin A for the pathogenesis of colibacillosis in the calf will be discussed later.

5. Pathogenesis of colibacillosis

Colibacillosis is not an entity, but a complex of etiologies (*Lovell,* 1955 *Dunne, Glantz, Hokanson and Bortree,* 1956) as weather, season, climate, sunshine, lack of vitamin A, overfeeding, synthetic diets, lack of colostrum, poor mangement, weak animals and overconcentration of stock. That is the reason why the research on this neonatal disease led to considerable confusion which still is not completely elucidated, because personal opinions and objective results were not always well balanced. Before 1950, many workers considered "colibacillosis" as a "factors disease", caused by unsuitable environmental conditions in which colibacteria played only a secondary rôle (*Fey,* 1957a).
I think, the first to "rehabilitate" *E.coli* as a pathogenic organism in the syndrome colibacillosis was *Wramby* who in 1948 applied *Kauffmann's* coli serology to the study of an extensive material and came to new conclusions *(vide infra).* It is evident today that the septicemic form and the enteric form of colibacillosis are entirely different in their pathogenetic background and must therefore be considered separately (*Radostits,* 1965), despite the fact, that enteric colibacillosis in its most severe form can become septicemic and therefore indistinguishable combinations of both forms exist.

5.1. *Pathogenesis of coli septicemia*

5.1.1. *Significance of typing the responsible organism*

Wramby (1948) examined the frequency of different O groups in normal and sepsis material (492 normal/484 sepsis cases with a total of 976 calves). It was easier to group coli strains from sepsis calves, meaning that their coli flora was more homogeneous than in the case of apparently healthy calves. Of 133 cases of sepsis with only one O group in all organs, 46 were cases of the same O group that was found in the intestine. (From each case with septicemia 4 strains were cultivated from the intestinal contents, 2 strains from 2 lymphnodes, 2 strains from the brain and 2 strains from either the liver, heartblood or spleen.) In 37 cases one or several O groups were established in the intestine, but entirely different groups were in the organs in which case the portal of entry of infection could have been another than the intestine. In later discussion it will be shown that *Fey and Margadant* (1961a) gave evidence for this latter view in more detailed examinations of an increased number of strains per intestinal section. *Wramby* (1948) found a significantly greater variation between colonies in normal as well as sepsis calves than between the colonies from one and the same calf. O groups 4 and 78 (*Wramby's* group 41, 1948) have not been isolated from the normal material, but only in septicemia, whereas O 8 and O 9 seemed to occur more frequently in the intestine than in organs. In sepsis material alone O group 15 was most frequent (see also table I).

In *Ulbrich's* material (1954) 53.4 % of 176 strains from septicemia could be grouped with the use of 17 O sera, but only 9.3 % of 136 strains from normal material. This could be interpreted that strains from certain O groups could be found preferentially in pathological material, but *Ulbrich* (1954) dealt with too few O sera to give a definitive answer. It is not evident whether the strains belonging to O 8 and O 9 have been isolated from enteric cases.

Rees (1958) found strains of the OK groups 35:K?, 78:80B and 137:79 to be associated with a virulent and rapid form of infection. The strains were isolated in pure culture from all organs of septicemic cases, whereas the remaining serotypes came more often from the intestinal tract.

In his first serological study, using 130 O sera, *Fey* (1957a) examined 105 strains of *E.coli* exclusively from septicemic cases and found a preponderance of the 5 O groups 78, 115, 86, 15 and 117, already mentioned in table I, and which represented 57 % of all strains. In a second study (*Fey* 1957b) with 154 strains 35.7 % of all strains were shown to belong to the OB group 78:80B. This finding was considered to be indicative of a preferential pathogenicity of

this OB group for the newborn calf. In order to prove this, *Fey* (1957b) examined 8630 *E.coli* strains from the following sources: healthy calves (64 individuals/810 strains); calves which died or had been slaughtered for reason other than coli septicemia (24/150); the rectum of healthy cows (178/1550); the organs and intestine of emergency slaughtered cows (58/400); bovine coliform mastitis (115/610); horses, sheep, pigs, dogs, game, rabbits, poultry, mice and zoo animals (289/3150) and, finally, from ill infants and children (457/3960).
Only 8 strains belonging to 78:80B could be identified: 1 strain from a healthy cow, 2 from rabbits with septicemia, 2 from chicken organs, 2 from piglets with septicemia and one from an infant who died with a very severe hemorrhagic enteritis. *Fey* (1957b) concluded that since the OB group 78:80B is found only very rarely in cattle, and in spite of this, it causes 35.7 % of all cases of coli septicemia that strains of this OB group are genuinely virulent for the newborn calf and are not just more or less accidentally present in the course of a "factors disease". The same is most probably true for a number of serotypes which are frequently found in septicemic material (see table I).
Nothing is, of course, known about the substrate for the virulence of *E.coli* 78:80B, just as little as for *Salmonella,* but undoubtedly it is a quantitative phenomenon as in all pathogenic organisms.
If one considers colibacillosis as a factors disease, the presence of virulent strains of *E.coli* is certainly a very important factor for the septicemic form. But that is not the whole story and other factors are necessary for a successful infection, one of them, agammaglobulinemia, will be discussed in the chapter on immunology.
Schoop (1951) said that coli organisms alone do not cause colibacillosis. That is certainly true, but neither can environmental factors other than *E.coli* do it alone (*Ulbrich,* 1954).

5.1.2. *The distribution of the causative organism in the organs and the portal of entry*

It has already been mentioned that *Wramby* (1948) reported 37 cases where the O groups isolated from the intestine differed from those from the organs, indicating that the intestine has not been the route of infection.

In a systematic study on 38 cases of septicemia 28 of which were caused by *E.coli* 78:80B, *Fey and Margadant* (1961a) traced the septicemic coli type, with regard to its relative frequency, in all parts of the body of the dead calf. The calves' carcasses were sent to the laboratory by veterinarians and were bacteriologically examined 12–24 hrs. post mortem. This latter point is important, because *Smith* (1971) demonstrated a rapid proliferation of bacteria in the intestine within a few hours after death. In the light of this finding, our results would be incorrect only, if it were assumed that the septicemic coli type could selectively multiply more rapidly than the others which is unlikely. The bacteriological examination included heart blood, lungs, bronchus, spleen, liver, kidney, brain, tonsils, nasal mucus, synovia, peritoneal exudate and urinary bladder, further on ligated sections of the abomasum, duodenum, jejunum, ileum, caecum, colon and rectum.

Six to ten colonies from each organ and 50–100 coli colonies from each gastrointestinal section were submitted to slide agglutination with a 78:80B serum or a type serum specific for the respective septicemic coli type.

Two different and principal findings were recorded: In the first group of 12 cases the septicemic coli strain was found as a monotypic pure and massive culture in every organ and throughout the intestinal tract. The remaining 26 cases formed 2 groups of distribution patterns in which all organs were infected with a massive and monotypic pure culture; however, either the septicemic coli type completely lacked in the gastrointestinal tract, or the septicemic type was present in the upper intestine, although absent in the rectum. Thus only the feces or some intestinal sections were free of the septicemic coli type whereas it was found spasmodically in remaining sections. It must be emphasized that in all cases the gastrointestinal tract contained a mass culture of *E.coli* but, as stated above, not necessarily of the septicemic type.

Fey and Margadant (1961a) drew the following conclusions from these findings:

1) Even after 12–24 hrs. post mortem there are completely negative areas with regard to the septicemic coli type in large parts of the

gastro-intestinal tract, which indicate that the danger of bacterial exchange within the gut after death is not as great as generally believed.

2) Since in the majority of the cases the presence of the septicemic coli type could not be demonstrated in the rectum, it is obvious that the feces of such animals are not always infectious, whereas the responsible organism were massively excreted by the urine in every case. The fact that pathogenic organisms which live somewhere in the upper part of the intestine, are shed with the feces only discontinually or not at all, is a serious limitation of the clinical diagnostic method using feces and decreases the reliability of examinations done *in vivo*. Consequently only positive findings are relevant.

3) If the septicemic coli type is found in all organs, except in the intestine (or, in the latter, only irregularly so), it cannot be accepted for these cases (2/3 of all cases) that the septicemic coli strain first colonizes the intestine and from there penetrates the circulation bacteremically. The following pathogenic concept of colibacillosis is still widely believed: "The infective coli strain is ingested and established in the intestine, or endogenous colibacteria ascend from the lower to the upper part of the intestine. For unknown reasons they begin to proliferate massively, causing an enteritis. The consequence of inflammation is an increased permeability of the gut wall, which enables the colibacteria to spread within the whole body. Coli septicemia would then be the consequence of the preceding colienteritis."

In opposition to this view *Fey and Margadant* (1961a) expressed the opinion that the septicemic coli type did not enter from the intestine in the majority of their cases and that the enteritis was the consequence of the septicemia. In making an analogy with typhoid fever in man, they presumed that the nasopharynx would be the portal of entry, which was supported by their regular finding of septicemic *E.coli* in great numbers in the nasal mucus.

In 1962 *Fey, Lanz, Margadant and Nicolet* offered more experimental evidence for this view of pathogenesis: In 3 colostrum-deprived calves they cut the oesophagus and ligated both ends so that the calves could no longer swallow. The calves were then infected by the nasal route with some 10^9 coli organisms 78:80B. All 3 calves died with a severe septicemia and the experimental coli strain was isolated from all organs and, in the calf 1, from the bile, but not from the intestine; in calf 2 from the bile, the upper intestine and the rectum, but not from the ileum, caecum and colon; in calf 3 from the bile and from the entire intestine, except the rectum. Therefore it was concluded that the infective strain gained entrance to the intestine either via the bile or blood stream.

In a further experiment *Fey et al.* (1962) infected a colostrum-deprived calf nasally without oesophagotomy and frequently cultivated the blood, taken from the jugular vein, the jejunum (via laparatomy) and the feces. The calf died of septicemia and *E.coli* 78:80B was isolated from all organs, including the duodenum, but not from the bile and the rest of the intestine. Once again, the infective strain seemed to have entered the blood stream by way of the nasopharynx. The possibility that the calf swallowed the nasally applied *E.coli* appears to be precluded by the fact that *E.coli* was absent from the abomasum.

With these experiments the authors believe to have firm evidence that septicemic virulent strains (at least those of the OB group 78:80B) can invade the body parenterally, for example via the nasopharynx; however they do not deny the possibility of intestinal invasion or a combination of both.

5.1.3. *Significance of colostrum and immunology for the pathogenesis of coli septicemia*

This topic will be dealt with in the chapter on the significance of immunology for septicemia and enteric colibacillosis. Special emphasis will be placed on the rôle of agammaglobulinemia in spite of colostrum intake.

5.1.4. *Experimental reproduction of coli septicemia and enteric colibacillosis*

There were numerous experimental attempts to prove that coli strains, which are assumed to be pathogenic for newborn calves, cause the disease (*Fey,* 1962 and *Gay,* 1965). Since, as a rule, calves get their dam's colostrum sooner or later after birth *Fey and Margadant* (1962b) argued that in infection experiments, colostrum-fed calves should be used and the infection should not be too massive in order to reproduce natural conditions. However it soon became evident that it is very difficult, if not impossible, to kill colostrum-fed newborn calves with virulent coli strains, even with strains isolated from known cases of very severe septicemia. *McEwen* (1950) showed that administering large numbers of *E.coli* along with colostrum caused little or no disturbance in health. He planned to feed cultures of *E.coli* to colostrum-deprived calves, but the control animals died. On the other hand, it was observed that calves deprived of colostrum may survive and enjoy good health. *Schoenaers and Kaeckenbeeck* (1958) demonstrated that 4 of 8 colostrum-deprived calves kept in individual disinfected boxes died with a spontaneous colibacillosis, whereas 4 colostrum-fed controls, kept under the same conditions, survived. It was concluded that deprivation of colostrum alone did not cause colibacillosis. Of a second group of colostrum-deprived calves 2 were killed by oral infection with a coli strain from a case of septicemia (type unknown). When the authors used strain O 137 and added endotoxin (prepared by ultrasonication) to the living bacteria, they succeeded in producing the disease in all of 18 colostrum-deprived calves, 17 of which died. *Glantz, Dunne, Heist and Hokanson* (1959) demonstrated that *E.coli* strains belonging to the O groups O 8, O 26, O 119 and O 3 caused typical fatal scours, when fed experimentally to colostrum-deprived calves. Control calves deprived of colostrum were raised without acquiring scours. The time interval between the administration of the coli strains and the colostrum appeared to be important. If colostrum was fed to the calf within 1 or 2 hrs. after intake of the coli strain, infection did not occur, a finding which later was confirmed by *Fey and Margadant* (1962b). In a later study by *Glantz et al.* (1966) it was reported that 3 of 7 serogroups of *E.coli* given with or before the first food, produced a septicemia-toxemia among colostrum-deprived calves; one strain belonging to O 78, others to O 115. In the calves that survived the experiment the serogroup used for the inoculation did not persist in the feces.

Fey and Margadant (1962b) used exclusively a strain 78:80B in the concentration of $10^9 - 10^{10}$ organisms for oral infection of newborn

calves. Eight calves fed with colostrum developed a slight diarrhea only and were later normally slaughtered. Four calves deprived of colostrum and infected 2–4 hrs. after birth died of a severe coli septicemia within 1–2 days. In a third group 3 calves were given *E. coli* 78:80B very soon after birth (25 minutes to 2 hrs.), but the colostrum was fed with a delay of 11 hrs., 20 hrs. and 25 hrs. respectively after birth.
In addition, all three calves were given 6000 IU of vitamin A and 100,000 IU of penicillin in order to exclude a possible hypovitaminosis or pneumococcal infection. The first calf (11 hrs. delay) died after 6 days with a strong dehydration, gammaglobulin had been normally absorbed. The second calf (20 hrs. delay) died 28 1/2 hrs. after birth, i.e. 8 1/2 hrs. after colostrum intake, and gammaglobulin had not been absorbed, the third calf (25 hrs. delay) died 4 1/2 days post partum and was normogammaglobulinemic.
These experiments again make clear what was already known that it is very easy to cause a lethal coli septicemia in colostrum-deprived calves provided virulent coli strains are used, but on the other hand it is difficult, if not impossible, to infect newborn calves successfully, if they have been fed colostrum shortly after birth. If colostrum is given too late, it is obvious that the virulent colibacteria have time to establish themselves in the still unprotected animal and thus "win the race".
Dam (1963, 1967) had a similar experience with colostrum-deprived and colostrum-fed calves. Strains 78:80B and O 115 generally caused a rapid course of disease, if no colostrum was given earlier. However, colostrum-fed calves were protected, despite an enormous inoculum of O 115 (100–150 ml of a 20-hrs.-broth culture). In conformity with the percentage distribution of the experimental coli types in spontaneous cases of coli septicemia, their virulence for calves was found to decrease in the order of O 78 – O 115 – O 141 and O 18. *Dam* (1967) injected 0.1–0.2 ml. of these cultures intraperitoneally into colostrum-deprived calves which succumbed to coli septicemia after 12 hrs., whereas in most colostrum-fed calves 0.2 ml. caused only a rise of temperature lasting for one to two days.
Gay, McKay and Barnum (1964c) reproduced colisepticemia either by direct challenge or by in-contact exposure of colostrum-deprived calves with *E.coli* 137:79:41. Calves fed colostrum and challenged

with the same strain were resistant regardless of the presence or absence of homologous agglutinins in their sera. The organism became established in 11 of 17 colostrum-fed calves, but the calves possessing O- and K-agglutinins did not show diarrhea, whereas those calves without demonstrable antibodies did suffer from the enteric form. The enteric-toxemic form of the disease could not be reproduced experimentally whether or not the calves were fed colostrum. *Osborne* (1967) infected calves orally with *E.coli* O 78:K, O 15:54, O 9:35:10, O 26:60:11 and O 119:69:4 daily for 10 days. Unfortunately he did not say if the animals were fed colostrum. He observed diarrhea 1–2 days after the initial dose and a severe gastroenteritis developed which was lethal for 18 of 33 calves. The illness began as a mild enteritis and became progressively more severe. The diarrhea then persisted, was watery and mixed with blood, which caused severe dehydration of the test animals. A strain O 109:K:NM turned out to be non-pathogenic in a control experiment. *Osborne and Watson* (1967) also injected *E.coli* endotoxin intravenously, work already carried out by *Smith and Little* (1927), and killed 1–3 months-old calves with an anaphylaxis-like shock. The same result was obtained with the non-pathogenic strain O 109:K:NM. After the toxin injections the calves had chills, biphasic fever, hyperpnoea, tachypnoea, dyspnoea, cold extremities, retching and/or diarrhea, depression, oliguria and anorexia.

With regard to the experimental reproduction of enteric colibacillosis, there is little information. *Smith* (1971) observed that diarrhea could not be transmitted from calf to calf by oral inoculation of the alimentary contents.

Smith and Halls (1967b) inoculated calves with *E.coli* of the O groups O 101, O 9, O 8 and unknown types, and thereafter fed them 2 pints (1140 ml.) of fresh cows' milk twice daily. 6–20 hrs. old calves proved to be highly susceptible to inoculation with intestine-dilating strains of *E.coli.* Severe diarrhea developed within 9–22 hrs. after inoculation in 23 of 29 calves of that age, and their feces became brown, watery and extremely copious. The calves were ill, their abdominal wall rigid, the extremities cold and the eyes had a dull sunken appearance. Calves aged 48–96 hrs. proved to be resistant to the oral inoculation of *E.coli* and they did not even show any diarrhea.

5.2. *Pathogenesis of enteric colibacillosis*

5.2.1. *The significance of typing the responsible organism*

The main difficulty in establishing *E.coli* as an enteric pathogen is its normal presence in the intestine and feces. In the case of infantile enteritis and colienteritis and edema disease of pigs this difficulty was overcome by serotyping the organisms and by statistical and epidemiological evidence. In the case of infantile enteritis the individually recognized serotype is present in ill babies and massively shed, it is spread from infant to infant und from room to room in a hospital, it is also present in healthy contact persons, but not in persons outside an endemic area. It disappears in patients after spontaneous recovery and successful treatment (*Fey,* 1955a). The same kind of approach has been used with porcine strains which was relatively easy because of the hemolytical capacity of most of these strains. The establishment of a new coli type as an enteric pathogen is an enormous task, but there is no doubt that additional types are potentially pathogenic, but hitherto not recognized as such. One also must be aware of the fact that a given strain which has never been isolated elsewhere may be responsible for a local outbreak, an example for this is the insignificance of the OB group 78:80B for calf septicemia in Ontario (*Gossling et al.,* 1964b). Once statistical and epidemiological evidence for pathogenicity of a given strain seems to be acceptable, one still has to exercise great caution in branding any coli type as the cause of enteritis, since *F. Ørskov, I. Ørskov and Paerregaard* (1956) demonstrated that in a closed community such as a children's hospital there is frequent cross infection with "non-pathogenic" coli bacteria and *Klebsiella.* This nosocomial infection which would better be called cross-colonization, leads to frequent isolations from patients of a harmless organism which is absent in control persons, thus giving rise to a false interpretation with regard to its pathogenic rôle.

To the author's knowledge serotyping has been applied mainly to coli septicemia as already reported, and to the more or less vague condition of "white scours" which in many instances is regarded as synonymous with it, but not in the pure enteric form of colibacillosis. However, *Smith* (1960, 1962) used phage typing for this latter purpose. He examined the feces of 8 calves daily before, during and after the scouring period. He found a multiplicity of types and a change of dominant types during the scouring period, and furthermore a quantitative and qualitative similarity between the *E.coli* population of healthy and scouring calves. Fifteen different types were found amongst 40 strains collected from 20 diseased colostrum-fed calves (*Smith,* 1962). Eight phage types from the diseased calves (27 of the strains) were also found in the healthy calves. The type that was most common in the diseased calves was also most common in the healthy ones.

5.2.2. *Qualitative and quantitative aspects of the intestinal flora of healthy and enteritis calves*

In 1925 *Th. Smith and Orcutt* (1925) examined the bacteriology of the intestinal tract of young calves with special reference to early diarrhea and concluded that a comparison between normal and pathological conditions is only possible on a quantitative basis. In calves killed 1–3 days after birth *Lactobacillus acidophilus* and enterococci were found in the abomasum and few *E.coli* in the ileum. In calves with diarrhea and toxemia many coli were present in the lower small intestine. In calves which succumbed to scour, the small intestine was flooded with coli bacteria and in normal calves up to 3 weeks old *E.coli* was either absent or present only in small numbers in the small intestine.
So *Smith and Orcutt* (1925) supposed an endogenous ascension of coli bacteria from the lower to the upper part of the intestine during the process of disease. Due to these findings and others which are referred to by *Gay* (1965) and *Sojka* (1965) it was generally presumed that the small intestine of the newborn calf was free or contained only a few *E.coli. Smith and Grabb* (1960) and *Smith* (1960) cultivated feces of healthy calves and counted the different kinds of bacteria. They found little difference between individual calves with respect to breed, sex, method of management and environment, *E.coli, Cl.welchii,* streptococci, lactobacilli and bacteroides being the most prevalent organisms. *E.coli, Cl.welchii* and streptococci were the first bacteria to appear in the feces. Within a few days bacteroides and lactobacilli appeared in large numbers and outnumbered the other bacteria. When the same authors examined the

feces of scouring calves before, during and after the scouring period, they were not able to demonstrate a significant difference between the fecal flora of scouring and healthy calves. Bacterial counts of fecal samples are, however, not too reliable because they undergo very considerable fluctuations due to environmental conditions such as motility of the gut, moisture content, time of duration in the rectum, composition of the food, etc. (*Seeliger,* 1957, 1958). On 1962, *Smith* (1962) indicated that after death of the calf bacteria rapidly proliferate in the alimentary canal so that the results of examinations made on dead calves are by no means conclusive. He, therefore, examined freshly killed calves which were either normal or scouring mildly or severely, and presented extensive data regarding the bacterial counts of *E.coli, Cl.welchii* and lactobacilli in different parts of the gastro-intestinal tract (table II).

The coli count of the healthy calves was about ten-fold higher in the abomasum than in the first part of the small intestine, then it increased gradually to the end of the small intestine. The counts were even higher in the large intestine. The situation was similar in the ill colostrum-fed calves, but in contrast to the colostrum-fed calves, very much greater numbers of *E.coli* were present in all regions of the alimentary canal in the majority of the ill, colostrum-deprived calves. This finding is significant even if it is taken into account that a difference of 1 log is within the limits of error. With healthy, colostrum-fed calves killed at the age of 3–6 days, and examined immediately, *Fey* (unpublished data) had similar results as shown in table III.

Table III shows that our own observations confirm those of *Smith* (1962) and leads to a revision of the concept of a "coli-bacteria free" upper intestine of the healthy calf.

Smith's (1962) experiments and clinical observations gave evidence for two clinically distinct conditions: the illness of colostrum-deprived calves was much more acute and characterized by sudden collapse; diarrhea was of little significance. The diarrhea of colostrum-fed calves was the outstanding feature and weakness, dehydration and collapse, were its sequel.

These quantitative examinations of intestinal *E.coli* did not reveal significant differences in healthy and scouring calves; these results together with serological studies and phage typing, by which a great

TABLE II (after *Smith* 1962)

The number of *E.coli* in the contents of the alimentary tract
in healthy colostrum-fed calves
and in ill colostrum-fed and colostrum-deprived calves

Organ		Median logarithm$_{10}$ of viable *E. coli* count/g. contents in				
		colostrum-fed calves			colostrum deprived calves	
		13 healthy animals 5–12 days	8 mildly or moderately ill animals 6–12 days	7 severely ill animals 4–14 days	5 moder- ately ill animals 3–8 days	9 severely ill animals 2–8 days
Abomasum		5.3	5.2	5.7	6.1	6.0
Small intestine						
at level	1	4.0	4.0	3.7	6.5	5.9
	2	3.9	4.0	4.2	5.2	6.1
	3	4.4	4.7	4.6	5.2	7.5
	4	4.4	4.8	5.0	6.2	7.9
	5	5.0	5.7	6.0	7.3	8.7
	6	6.0	6.4	6.9	8.4	8.7
	7	7.0	7.2	7.3	8.8	8.9
Large intestine		8.6	8.2	8.6	9.1	9.5
Rectum		8.5	8.4	9.2	9.3	9.6
Blood		N	N	N	3.4	4.2

N = no viable *E.coli* in 0.02 g. of contents. All calves were killed and examined 2 hrs. after being fed with 2 pints of milk.
The small intestine was divided into seven equal parts for counting. Part 1 was nearest to the abomasum, part 7 to the large intestine.
E.coli was found in the blood in 3 of the 5 colostrum-deprived calves that were moderately ill and in 8 of the 9 that were severely ill.

TABLE III

Logarithm $_{10}$ of viable *E. coli* per g. intestinal contents and pH in calf No. 1–10
(3–6 days old when colostrum-fed)

	1		2		3		4		5		6		7		8		9		10	
Organ		pH		pH		pH		pH		pH		pH		pH		pH		pH		pH
Abomasum	4.7	5.1	3.8	3.9	4.7	4.0	5.5	4.2	6.7	5.3	3.2	4.6	–	3.5	3.3	3.6	5.7	4.3	5.5	4.3
Duodenum	6.2	5.5	3.5	4.8	4.2	5.2	4.1	4.6	6.7	5.4	2.9	5.0	2.0	4.1	4.6	4.3	6.0	4.4	6.0	4.8
Jejunum	6.8	7.1	4.6	6.4	4.7	4.3	6.7	6.9	7.7	6.6	3.3	5.7	8.0	5.8	6.2	6.6	6.0	6.6	7.5	6.6
Ileum	8.2	6.7	9.3	6.7	8.6	6.8	8.6	6.8	7.3	7.0	5.1	6.5	7.5	6.7	8.0	6.9	8.3	6.5	9.7	6.0
Caecum	8.1	5.8	8.4	5.3	8.3	5.4	9.0	5.4	7.6	5.0	6.3	6.0	8.2	6.0	9.2	6.0	8.1	5.4	9.6	6.2
Colon	8.2	5.6	9.5	5.3	8.5	5.5	9.0	5.5	7.9	5.4	6.0	5.4	8.6	6.0	9.0	6.1	8.5	5.9	9.2	6.1
Rectum	9.2	6.0	10.7	5.6	9.0	5.6	9.3	5.6	8.3	6.3	7.6	5.9	8.7	6.1	9.7	7.0	9.4	5.7	10.0	6.0

diversity of types without specificity was recognized among healthy and ill calves as well, led *Smith* (1962) to the conclusion that neither *E.coli* nor any of the other bacteria were concerned in the causation of the scours. So, probably, much of the diarrhea is not infectious in origin, but is the consequence of the harshly artificial manner in which many calves are reared.

This view was somewhat modified when the introduction of the ligated loop test for determination of enteropathogenicity made it possible to test *E.coli* for this factor. Mentioned, in chapter 2.2.2., this test provides useful information on the ability of a strain to produce diarrhea, especially among animals of the same species, i.e. the pig is the most suitable subject for ligated intestine experiments with pig strains, and the calf for calf strains.

Smith and Halls (1967b; *Smith*, 1971) examined strains isolated from the alimentary tract of 127 colostrum-fed calves suffering from diarrhea and epidemiologically unrelated. Only seven strains dilated the calf intestine, indicating that they were enterotoxic. These seven strains belonged to the following OK-groups: O 101:K?, O 9:K9 and O 8:K?. When given orally all the dilating strains produced severe diarrhea in colostrum-fed calves under 20 hrs. old, but not in 3-day-old calves. There was no evidence of invasion of the blood stream. Antibody did not seem to have prevented diarrhea in the latter, since some of them were colostrum-deprived. *Smith and Halls* (1967b) were of the opinion that for a strain to be able to produce diarrhea in a particular species of animal, it must possess at least two properties: it must produce an enterotoxin, effective in the given species, and it must be able to proliferate in the small intestine. They deduced this from the following experiment: Three calves, 6–20 hrs. old, were given two strains of *E.coli* orally, one a calf pathogen, the other one a pig pathogen, both known to cause diarrhea experimentally. Both strains were good dilators, neither of them produced colicine nor carried a phage which could inhibit the other strain. They grew at an equal rate and were sensitive to different antibiotics so that they could be distinguished culturally. All three calves developed severe diarrhea but only the calf strains had proliferated greatly in the small intestine; there was no evidence of proliferation of the pig strains.

From these data, it becomes obvious that an infectious coli-diarrhea exists in colostrum-fed newborn calves and that colostrum prevents invasion and consequently, bacteremia. It has also been proposed that for the massive proliferation observed, coli bacteria should have qualities which allow them to adhere to the epithelial cells (by means of fimbriae? , *Barnum et al.,* 1967). What condition enables this preferential proliferation of some strains remains an unsolved ecologic problem. It is true no bacteriemia occurs in these cases; nevertheless, it is questionable whether the coli strains involved can therefore be called non-invasive without negative results from direct microscopic examination. The experiments of *Formal, LaBrec, Hornick, DuPont and Snyder* (1971a) who used fluorescent antibodies to localize dysentery bacilli in the intestine, should be repeated for calf diarrhea. They differentiated between penetrating and non-penetrating organisms, the former being ablė to enter the epithelial cells and to remain in the mucosa for a time sufficient for them to bring about the changes in the host which result in overt signs of disease. They further demonstrated that the invasiveness was genetically controlled and they succeeded in producing mutant-hybrid strains with the ability to penetrate intestinal epithelial cells, but with decreased capacity to multiply in the mucosa. Such living attenuated strains are intended for use as oral vaccines.

Immunofluorescent studies should therefore be made in order to clarify whether, in cases of diarrhea with known strains, coli bacteria can be demonstrated within the mucosa; if so, it should be learned whether the capacity to "invade" can be transmitted to non-invaders. As stated above, enterotoxin ST was shown to be transferable from donors to non-toxic *E.coli* and *Salmonella* strains by *Smith and Halls* (1968b) and the same was done with LT enterotoxin by *Smith and Gyles* (1970). On the other hand many cases of scours seem to be non-infectious in their origin insofar as the coli strains isolated are non-enterotoxic. It is unknown whether the coli bacteria, which are massively present in the upper intestine of these cases, act as aggravating agents. In all event the consideration that antibiotics usually have a beneficial effect must be taken into account.

Smith (1962) summarized the evidence against the pathogenic rôle of *E. coli* or any of the other intestinal bacteria in the causation of scours as follows: 1) The absence of incriminating serological findings, 2) the diversity of phage types of *E.coli* found in the small intestine of scouring calves, 3) the finding of the same types in healthy calves, 4) an observation that the predominant phage type of *E.coli* in the feces of a scouring calf may change several times during the scouring period and 5) the negative results in most of the transmission experiments. Despite the great progress gained by the detection of the enterotoxin, many questions are still to be answered, since the great majority of calf diarrhea cases do not seem to be caused by enterotoxic strains.

It should be mentioned here that *Bywater and Penhale* (1969) found a decreased lactase activity of the upper small intestine in animals that had died after diarrhea. Whether this is a primary or secondary depression was not possible to say.

5.3. *The rôle of vitamin A in the pathogenesis of colibacillosis*

Vitamin A deficiency is considered by many authors to be a major conditioning factor for colibacillosis, but there is more controversy than agreement on this point.

Stewart and McCallum (1938) obtained statistically significant results showing that calves born of mothers whose colostrum was low in vitamin A were more liable to infections, such as white scours, navel ill and joint ill, than calves from dams whose colostrum had a relatively higher vitamin A content. The vitamin A content of the liver of cows slaughtered in S.W. Scotland was liable to fall steeply from November to May. Nevertheless, they emphasized that vitamin A was incapable of beneficially influencing a severe coli infection. In 1942 *Cohrs* reported hyperkeratosis of the rumen of calves which died with diarrhea associated with A-hypovitaminosis and proposed this deficiency together with other predisposing factors as an ancillary cause of calf diarrhea.

Hansen, Phillips and Rupel (1942) fed newborn calves with a basic diet of skim milk and sulfathiazole. When they added vitamin A in an amount of more than 25,000 IU, they observed an increase of the survival rate, but no statistical evaluation was made. *Harms* (1951) examined the liver of 203 bovine fetuses and found a mean value of 943 IU/100 g., the corresponding figure in 25 cattle was 61,752 IU/100 g. In 50 calves that had died and were sent to the laboratory

for autopsy, 1245 IU/100 g of liver were found, whereas in 34 normal calves that were slaughtered, 13,062 IU/100 g were detectable. In spite of the age difference between the calves which were slaughtered and those which died spontaneously, the lower vitamin A content of the livers of the latter was considered as an indication of an insufficient vitamin supply, a factor that would favor scouring.
Other authors did not see a significant relationship between hypovitaminosis and scours. *Norton, Eaton, Loosli and Spielmann* (1946) stated that severe deficiency of vitamin A and possibly other vitamins would cause diarrhea and that care must be exercised in assuming that scours in young calves is a definite indication of vitamin deficiency. They found it difficult, if not impossible, to determine whether a particular case of scours was due to nutritional deficiency, specific bacterial infection, or faulty feeding and management practices of which there could be many. They did not see any profit in feeding 60 calves of different breeds with extra vitamin, the frequency and grade of scouring were not influenced by this measurement. *Hibbs and Krauss* (1947) made a similar observation. In the experiments carried out by *Nevens and Kendall* (1947) additional feeding of vitamin A, D, nicotinic acid and ascorbic acid did not reduce the incidence of diarrhea nor did it shorten the time of recovery or lower the rate of mortality.
Also *Blakemore et al.* (1948) tried in vain to protect calves against scouring with preparations of concentrated vitamin A. When the vitamin was given before onset of diarrhea, there was a transient increase of the plasma level. In the experiments carried out *by Aschaffenburg et al.* (1953) with 80 calves, kept in pens, the feeding of vitamin A with or without lecithin had no significant effect on scouring and on the growth rate of the calves. *Mann* (1961) analyzed livers of many newborn calves and piglets and found them completely devoid of vitamin A. The newborn animal receives its vitamin A entirely by colostrum intake. *Mann* (1961) rejected the idea that vitamin A-deficiency could disturb the balance between the newborn and the intestinal coli flora because he had observed healthy calves which had originated from dams with minimal colostral vitamin A content. With regard to rumen hyperkeratosis reported by *Cohrs* (1942), *Fey and Lindt* (1962) histologically controlled the epithelium of the rumen of 10 healthy calves 4 to 6 days

old and compared it with the epithelium of calves which had died from coli septicemia.

They found essentially the same alterations in the septicemic calves as did *Cohrs* (1942), i.e. para- and hyperkeratosis, but to a much lesser degree and not regularly present. They then determined the vitamin A content of livers of 11 septicemic calves (1–10 days old) and 10 normal control calves (3–6 days old) using the Carr-Price-reaction. They obtained a broad range of values, i.e. 406±370 IU/100 g. in the pathological group and 1919±1122 IU/100 g. in the control group the difference between both groups being statistically significant ($P<0.01$). In spite of the lower vitamin A content of livers of the septicemic calves *Fey and Lindt* (1962) did not believe that this finding implied a causal relationship between vitamin A deficiency and colibacillosis for the following reasons: 1) the colostral content of the vitamin A which was not known, could have been subnormal and 2) the low content of vitamin A of the liver could be caused by increased consumption by the septic infection. There are reasons to consider this as the most probable explanation (for references see *Fey and Lindt,* 1962).

According to *Mann* (1961) rats nourished with a diet devoid of vitamin A develop lesions of vitamin deficiency only after 11 days. As a consequence the keratotic lesions found in the rumens of the septicemic calves must have originated *in utero* and had no relation to the low vitamin A content of the livers.

A new approach to the problem was published recently *by Prohászka* (1968). He controlled the vitamin A and carotin content of the blood of adult animals and of the liver of slaughtered animals on large farms. The vitamin A metabolism of the cattle differs from that of other animals insofar as the absorbed provitamin carotin is incompletely converted to vitamin A. Carotin is bound partly to albumin and partly to globulin of the blood. Vitamin A is accumulated in large amounts in the liver thus keeping the level in the blood serum relatively constant. The carotin level on the other hand depends on its daily intake with the food and there is no considerable storage in the liver. A correlation has been found between the frequency of colibacillosis among calves, which is high from January to May, and a low carotin level of the blood serum. When green food was given in summer, the carotin level of the serum of the cows increased and the

frequency of colibacillosis decreased. The author considers this as evidence that colibacillosis is linked with the lack of carotin in cows which is followed by A hypovitaminosis of calves. It is again confirmed that the newborn calf provides itself with vitamin A solely from the colostrum, but in 3–4 days old calves which died from colibacillosis only traces of vitamin A were detectable, in spite of colostrum intake (5–10 litres). A low carotin level in the cow's serum means a low vitamin A content of the colostrum and, therefore, the author thinks that the calf is offered too little vitamin A in the winter months, thus lowering its resistance.
It is evident for the foregoing references that the importance of vitamin A in the pathogenesis of colibacillosis is by no means generally acknowledged.

5.4. *Viruses and calf diarrhea*

Amstutz (1965) stated that the viruses of virus diarrhea and infectious bovine rhinotracheitis have been isolated from calves affected with infectious calf diarrhea and could be the basic cause of an occasional epizootic. He even believes that a small virus is the main cause of „white scour" or „calf dysentery". But the crucial feature of virus infection in the newborn calf is the age of the animal. According to *Mayr, Kalich and Mehnert* (1964) the following viruses are the most frequent causes of infection of the calf: Parainfluenza 3, rhinoviruses, REO-viruses and enteroviruses. They are shed with the feces by healthy calves, are present in the naso-pharynx and under certain conditions cause intestinal disturbances. In calves 1–3 to 16 weeks old, examined by *Steck, Nicolet and Schipper* (1971) the virus of parainfluenza 3, bovine virus diarrhea and adenovirus dominated. In addition *Miyagawanella, Pasteurella,* mycoplasmas and corynebacteriae were isolated.
Generally the newborn animals acquire passive colostral immunity sufficient to prevent infection which only takes place when the passive immunity fades away, i.e. at the age of 4–6 weeks and afterwards. *Bürki* (1962), *Bürki and Fey* (1963) found that the youngest calves which excreted virus were 2 months old. The results obtained by *Bürki and Fey* (1963) fit into this concept: they cultivated the organs and feces of 88 calves which died from septicemia (61 cases)

and other causes (27 cases). The calves had an average age of 5.3 days (coli septicemia) and 7.3 days (other cases). In none of these young calves could a cytopathogenic agent be detected. Miyagawanella and the agent of pneumonia-enteritis were not looked for. The latter organism was characterized by *Brandly and McClurkin* (1956) and serially transmitted by aerosolization of the purified virus to calves. Calf-pneumonia-enteritis (CPE) was manifested by a watery yellow diarrhea and interstitial pneumonia at one to three days of age. The virus was also present in the lungs of apparently normal carrier animals.

Dalton, Fisher and McIntyre (1960) cautiously stated that in their study, as in many others, it was impossible to eliminate the possibility that a virus, such as that of mucosal disease, caused some of the cases of diarrhea. But it seems unlikely that this problem is a general one in calf scours, in view of the fact that colostrum, as a rule, contains a broad spectrum of antibodies against the viruses cited above – and that direct attempts to isolate viruses from the very young calf with diarrhea other than CPE generally failed. *Steck et al.* (1971) however, found that only half of the calves received passive immunity against virus diarrhea and parainfluenza 3, and if the virus encountered susceptible animals they could become ill at any age. Nevertheless virus infections of the young calf are mainly a problem of the fattening period.

5.5. *Resistance of different breeds to colisepticemia*

With regard to the most common Danish breeds it was found by *Dam* (1964) that the rate of colisepticemia was more than twice as high in calves of the Red Danish Dairy breed than in Jersey calves.

The writer is aware of no other information about breed influences which indicates that colibacillosis is a disease that affects calves of every breed. Recently *Sapre* (1970) in a personal communication reported colisepticemia with agammaglobulinemia in Indian buffalo calves.

6. Immunology of the newborn calf. Its relationship to the pathogenesis of colibacillosis

6.1. *Rôle of the colostrum:*

The survival of the newborn calf and its resistance to coli infection is entirely dependent on colostrum intake in time and in a sufficient amount, a fact known since the work of *Th. Smith and Little* (1922), and *Th. Smith and Orcutt* (1925) drew attention to the association between white scours and the lack of colostrum. Calves which received milk instead of colostrum died within a few days from colisepticemia, whereas only a few of the colostrum-fed calves became ill. They concluded that the serum of the colostrum-deprived calf lacked something which then permitted the invasion of the intestinal bacteria. *Smith and Little* (1922) and *Howe* (1924) recognized that calf serum was devoid of globulins and agglutinins until after the ingestion of colostrum. This observation has since been confirmed by many authors (*Lovell,* 1935, *Blakemore et al.,* 1948, *Fey,* 1966, 1967, *Reisinger,* 1965, *Amstutz,* 1965), but *Amstutz* emphasized that colostrum is not the answer to all infectious diarrhea problems, although it is usually essential to the calf's survival, provided that it contains adequate amounts of vitamin A and antibodies, and it is given within an hour after birth. *Inglis* (1960) came to the conclusion that omitting the feeding of colostrum is not a common cause of enteritis in the Southwest of Scotland because the importance of colostrum is fully recognized and generally given to the calf; however despite such management the calves scoured and died. This statement was obviously made before it was known that not all of the calves absorb globulins from the ingested colostrum.

The experiences with field cases have been confirmed in an even more pronounced way by experimental colibacillosis whether the calves were left to spontaneous infection or were artificially infected with virulent strains. *McEwen* (1950) observed the effect of withholding colostrum from calves that should serve as controls in coli feeding experiments, but all seven calves that were not given coli bacteria in the food died or were killed shortly before death on the second or third day. When *Glantz, Dunne, Heist and Hokanson* (1959) and *Glantz* (1960) attempted experimental transmission of calf scours with eight different coli strrains, they found that *E.coli* types O 26, O 8, O 119 and O 3 caused typical fatal scours in colostrum-deprived calves, whilst colostrum-deprived control calves did not fall ill. Strains O 101 and O 109 did not produce the disease in similar calves. Calves which had received colostrum were resistant to experimental infection with the strains O 26, O 3, O 20, and O 86. However, calves fed with colostrum were susceptible to experimental infection with *E.coli* O 8, but not to O 119. In many calves that died after having received colostrum, the infection was limited to the intestinal tract.

As has already been reported, *Fey and Margadant* (1962) did not succeed in killing colostrum-fed calves experimentally infected with a highly virulent strain 78:80B, whereas colostrum-deprived calves produced a fatal septicemia over night. When *Smith* (1962) left his calves to develop disease spontaneously, he found very much greater numbers of *E.coli* in the alimentary tract of the majority of the ill, colostrum-deprived calves compared with the colostrum-fed animals. Of 5 colostrum-deprived calves artificially infected with *E.coli* in the first feed of milk, all collapsed in 12–24 hrs. and died in 36 hrs. whereas 4 colostrum-fed calves remained in good health. Although diarrhea occurred in other groups of colostrum-fed calves the clinical course was always far more acute and serious in those deprived of colostrum.

Fey's (1962) statement that it is necessary to use colostrum-deprived calves for experimental reproduction of coli septicemia, even when acceptedly virulent strains are used, was later confirmed by *Dam* (1963); *Gay, McKay and Barnum* (1964c) and *Glantz, Kradel and Hokanson* (1966) who used strains 78:80B, O 115, L 137 and O 115 respectively.

Under these conditions it turned out to be very difficult to rear calves devoid of colostrum. *Aschaffenburg and coworkers* (1952) reared twelve Shorthorn and twelve British Friesian bull calves deprived of colostrum on a standard diet described earlier (1949a) which consisted of 9.5 % spray-dried skim milk, 2.0 % non-vitaminized margarine, 2.5 % glucose and 86.0 % water. Eleven calves of each breed died. In much larger experiments cited later (1949 a,b; 1951a,b; 1953) it was shown that colostrum and certain of its fractions always protected the calves, whereas the controls deprived of

colostrum died. Over a period of three seasons, *Wood* (1955) kept calves that had not suckled under experimental conditions in a closed community until they reached 21 days of age. Their basic diet consisted of synthetic milk supplemented by various ingredients including the aqueous fraction of colostrum, whole colostrum, lecithin, vitamins A and D and polymyxin E. Of 333 calves which passed through the calf house, 153 died within the 21 day experimental period. Most colostrum-deprived calves that died had septicemia. The infection was restricted to the intestinal tract in many calves that died after having received either colostrum or its aqueous fraction.
Thus it has been well established that colostrum is of vital importance for the newborn calf, a fact which is best illustrated by a table published by *Ingram and coworkers* (1956) giving a summary of the performance of calves used in experiments during 1950–1953: (Table IV).

TABLE IV

Summary of the performance of calves used by Ingram et al. (1956) in experiments during 1950–53

	No. of calves		
	Survived	Died	Total
Received colostrum	166	59	225
Deprived of colostrum	9	94	103
	175	153	328

In extensive and systematic experiments, The National Institute for Research in Dairying, in collaboration with the Royal Veterinary College, gave attention to the nutritional significance of colostrum with special emphasis on the effect of different fractions of it (*Aschaffenburg* and others, 1949). Male calves were removed from their dams at birth and taken within a few hours to the experimental calf pens where they were fed a basic diet plus whole colostrum or its fractions. Only those calves whose initial diet contained the aqueous phase of colostrum made satisfactory progress. The basic diet alone, consisting of dried skim milk, margarine and vitamins, did not protect calves against fatal scours. The non-fatty fraction of colostrum showed evidence of protective ability when the calves were given as little as 80 ml. or 200–400 ml. in their first feed. Fourteen grams of „immune lactoglobulins" had the same effect. The protective substance resisted heating to 63° C. for 30 min. (*Aschaffenburg and others,* 1949b, 1951a). *Aschaffenburg,* (1949), in applying a principle described by *Kunkel,* developed a turbidimetric zinc sulphate method for the detection and estimation of gammaglobulin in serum. He obtained clear and positive results with sera taken on the 4th day from all calves that had been given 200 or 400 ml. of the non-fatty fraction: 80 ml. were not sufficient. This simple test proved efficient in determining whether a calf had suckled or had been given the immune lactoglobulins from colostrum. To define this factor more closely the protective values of small quantities of colostral whey, dialysed whey and the immune lactoglobulins and whole colostrum were compared (*Aschaffenburg et al.,* 1951a). All calves given these fractions survived whereas the controls deprived of colostrum died. These diets, however, did not prevent scours and the calves did not gain weight normally.

In 1952 and 1956 *Ingram, Lovell, Wood and others* (1953b, 1956) discussed the immunological specificity of colostrum. They tested the samples of colostrum given to 118 calves which survived for agglutinins against the strains of *E.coli* that had killed 94 colostrum-deprived calves. Sixty-three of the 94 coli strains were agglutinated. When the colostrum that was given to calves, which subsequently died, was tested for agglutinins against the strains of *E.coli* that killed them, only three of 43 strains were agglutinated. Thus, they observed an association between the presence of agglutinins against the K-antigens of a particular coli strain and protection against that strain; the absence of specific agglutinins was correlated with death. *Lovell* (1955) evaluated this finding not only as a correlation, but as a causal factor in saying that a colostrum-fed calf may suffer from an infection with *E.coli* because the colostrum provided does not contain specific antibodies. For this reason it would be hazardous to change the calf's environment shortly after birth because its passively acquired antibodies would not match the new coli flora to which the calf was exposed. This apprehension was supported by *Wood* (1955) who observed that the constant adding of newborn calves to a closed community led to a real "build-up of infection" with newly introduced special serotypes of *E.coli* and that the coliflora of the calf-pens was dynamic in its composition.

Briggs and Briggs et al. (1951) emphasized the value of K-antibodies as protective substance as has already been demonstrated by *Kauffmann* (1954) and by *Sjöstedt* (see *Fey* 1955a). Sera lacking K-antibody, whether they contained O-antibodies or not, confered no protective activity when tested on mice. It is evident that an antibacterial antibody which acts in the sense of opsonization must be directed against the superficial antigens of the particle to be phagocytosed and since all colibacteria isolated from colisepticemia are found to possess K-antigens (*Fey,* 1957b) a protective antibody must be a K-antibody.

Glantz et al. (1959) found relatively high O agglutinin titers in 129 sera and 19 colostral whey samples of cows against four of seven coli strains tested. In those calves which had received colostrum, O-agglutinins for the respective coli strains were usually present and resistance to experimental infection appeared to be due to the presence of antibodies from the colostrum which the calf had ingested. *Ingram, Corbeil and Malcomson* (1970) used the sensitive passive hemagglutination and antiglobulin hemagglutination test for O- and K-antibody detection against strains 115:K, 26:K60, 78:K80 and 101:K. However, it is not quite clear how they differentiated between O- and K-antibody, since the extract of an OK-strains used for coating the red cells contains K- and O-antigen as well. Almost all of 38 samples of colostrum had high titers of O-antibodies whereas the incidence of K-antibodies was between 57 % and 97 % of the 38 colostrum samples. O- and K-antibodies were absorbed from the ingested colostrum by the calf, but the K-antibodies were not highly specific and were crossreactive.

The results of serological and mouse protection tests presented by *Trainin* (1966), in *Fey's* laboratory, revealed the partly specific, partly non-specific effect of a pooled colostrum with a relatively broad spectrum of activity. He found a high degree of protection against pneumococci and *E. rhusiopathiae,* a moderate titer against *E.coli* O 115 and *P. multocida* and a low protective value against *S. dublin, S. enteritidis, S. typhi murium* and *Sc. Aronson.* When absorbed with *Pneumococcus* type 23, *E.coli* O 115 or *E. rhusiopathiae* respectively, the pooled colostrum serum lost most of its homologous protective capacity, but part of it remained unaffected indicating some non-specific protective activity. This finding was confirmed by means of the indirect hemagglutination test which revealed titers of 1/5 to 1/320 against the same test strains, but the hemagglutinating antibodies could be completely removed by homologous absorption. The same pooled colostrum serum contained considerable amounts of neutralizing antibody against the *Virus of Bovine Virus Diarrhea* (strain Oregon C 24 V).

The view of specific protection by colostral antibody was challenged first by *Smith* (1962) and by *Gay et al.* (1964, 1965, 1971). Smith did not find an association between diarrhea in colostrum-fed calves and the presence of demonstrable agglutinins in the serum. However, it must be taken into consideration that agglutination is a relatively insensitive method for the detection of antibodies and the more sensitive passive hemagglutination would improve the reliability of a negative result. *Fey et al.* (1963) also have some reservations with regard to *Ingram's* (1952) and *Lovell's* (1955) concept. They did not find O- and K-agglutinins in the colostral sera which regularly protected calves from experimental infection with *E.coli* 78:80B. When they used the technique of indirect hemagglutination, however, antibodies against this OB group were detectable in a pooled colostrum serum. On the other hand, in experiments with artificial infection carried out by *Smith* (1962) with four colostrum-fed calves all of them remained perfectly healthy despite the fact that the postcolostral sera of the calves contained no agglutinins against the O- and K-antigens of the experimental coli strains.

Gay, McKay and Barnum (1964) came to the same conclusion that resistance or susceptibility of calves to colibacillosis could not be directly correlated with agglutinating antibody and that the primary factor that determined susceptibility was the ability of a given strain to establish itself as part of the intestinal flora. Calves fed colostrum and challenged with strain 137:79:41 were resistant regardless of the presence or absence of agglutinins.

Gay (1971) presented an argument against the necessity of specific antibody for protection against coli infection which is difficult to fault namely, that if serotype-specific antibody were the protective antibody one could expect outbreaks of colisepticemia in all ages of stock and an occasional yearling or adult would die of coli septicemia which in fact does not occur. *Gay* (1971) therefore postulated a non-specific antibody universally present in all cattle and transfered to the calf by the first milk. In fact, an incomplete antibody, both serotype-specific and heterogenetic, was found in the sera of 3–6 weeks old colostrum-deprived calves by means of a modified technique of indirect hemagglutination. In 27 sera from calves which had died of colisepticemia and from those which survived, but which had equivalent low levels of serum gammaglobulin, there was an almost universal association between death and absence or survival and presence of this antibody. In a vaccination experiment with five fetuses *in utero* which were raised deprived of colostrum after birth, a similar and non-specific antibody was detectable in the calves' serum which protected them from invasion by a challenge strain against which they had not been immunized. However, all the calves did not produce demonstrable heterogenetic antibody but it was found that the presence of incomplete antibody paralleled the presence of bactericidal antibody which is considered by *Smith and Halls* (1962, 1968) cited by *Gay* (1971) to be related to resistance to colisepticemia. The same arguments as above were used by *Gay* (1971) for enteric colibacillosis: although serotype specific antibody can protect against experimental enteric colibacillosis it is questionable whether it serves as the prime protective mechanism inasmuch as enteric colibacillosis is age-limited; therefore it is unlikely that serotype-specific antibody is responsible for universal resistance against colibacillosis in calves over 2–3 weeks of age. It has been shown that circulating antibody does not inhibit the ligated intestinal loop reaction, but orally given – and, hence, presumably locally active antibody – could be of more value in this respect than circulating antibody. However, there is still no conclusive evidence for this presumption (*Gay*, 1971). Non-specific activity against different bacteria has also been demonstrated by *Zimmermann* (1960a,b, 1961) by a mouse protection test with human, bovine and porcine gammaglobulins.

Glantz (1965) did not accept this view and defended the importance of K-antibody in protection against colisepticemia with arguments which are better discussed in the chapter dealing with agammaglobulinemia.

6.2. *Immunoglobulins (Ig) in bovine serum and colostrum*

6.2.1. *Classes and properties of immunoglobulins in cattle serum and colostrum*

In earlier papers the characterization of globulins was entirely based upon paper electrophoresis and salting-out procedures and antibody globulin was measured by serological methods. So much progress in methodology in immunology has been made during the past ten years that only those papers that deal with the modern technique of immuno-electrophoresis, gel-filtration, ion-exchange chromatography, ultra-centrifugation etc. are discussed here.

Pierce and Feinstein (1965) isolated three different immune globulins from maternal bovine serum and colostrum starch grain electrophoresis and submitted the different proteins to agar-gel precipitation tests and chromatography with DEAE-cellulose. Three antigenically related but electrophoretically distinguishable serum immunglobulins were found and designated as S_1, S_2 and S_3. Similar immune globulins were detected in the colostrum and named C_1, C_2 and C_3, but there were marked quantitative differences between the serum and colostrum immunoglobulins. The electrophoretically fast components S_1 and C_1 were considered to be antigenically identical, but S_1 was found in very low concentration in the serum, whereas C_1 formed the major component of colostrum serum (50 % of the total protein). The serum components S_2 and S_3 were present in approximately equal amounts, i.e., S_2, 47 %; S_3, 53 % of the immune globulins; S_3 had the slowest electrophoretical mobility and S_2 was in an intermediate position. Both were present at high concentration in the bovine serum, but were transmitted at different rates into the colostrum so that C_2 (comparable to S_2), represented 26 % of the total colostrum serum protein, but C_3 (comparable to S_3) was detectable in the colostral serum only in trace amounts. These findings indicated that the mammary gland had a highly selective preference for the electrophoretically fastest serum immune globulin and was able to concentrate it in the colostrum.

Murphy, Aalund, Osebold and Carroll (1964, 1965) compared gammaglobulin components of bovine colostrum and dry secretion with the respective proteins in the serum and found them to be immunochemically and physicochemically similar, in addition their properties were similar to those of analogous components of human serum. On the basis of differences in electrophoretic mobility a fast and a slow 7S IgG were differentiated. DEAE-Sephadex chromatography of whole serum demonstrated a first break-through peak consisting of slow 7S IgG (15 % of total protein) and a second peak with 7S gammaglobulins with a spectrum of increasing mobilities (35 % of total protein, consisting of approximately 50 % fast 7S IgG and 50 % transferrin). Chromatography of colostral whey demonstrated the virtual absence of slow IgG; 7S fast IgG dominated, making up more than 90 % of the total colostral whey protein. With dry secretion, two peaks again developed with the same proportion as in the serum. The particular gammaglobulins were found to migrate at equal rates on immuno-electrophoresis slides and to be eluted in the same position in DEAE-Sephadex chromatography, whether they originated in serum or in colostrum. Immuno-electrophoretically the colostrum fast IgG (major component) and slow IgG (minor component) behaved as their serum and dry secretion counterparts.

Thus the results given by *Murphy et al.* (1964, 1965) confirm the findings of *Pierce and Feinstein* (1965) concerning the selective accumulation of fast IgG in the colostrum; the concentration of fast 7S IgG in colostrum over serum reached more than 100 times the comparable ratio for slow 7S IgG. On the other hand there was no apparent selectivity between slow 7S gammaglobulin and fast 7S gammaglobulin with respect to transport from the serum into the mammary gland dry secretion.

By means of immuno-electrophoresis, γ1A and γ1M globulin was also detected in serum and dry secretion, the former was not further characterized by biophysical methods. Antibody activity against *Anaplasma marginale,* a blood parasite, was associated with fast IgG and IgM (Fig. 1 and 2).

Bovine IgM was also isolated from colostral whey by *Mukkur and Froese* (1971) and characterized by gel filtration, DEAE-cellulose chromatography, physicochemical and immunochemical techniques. The molecular weight was determined as to be

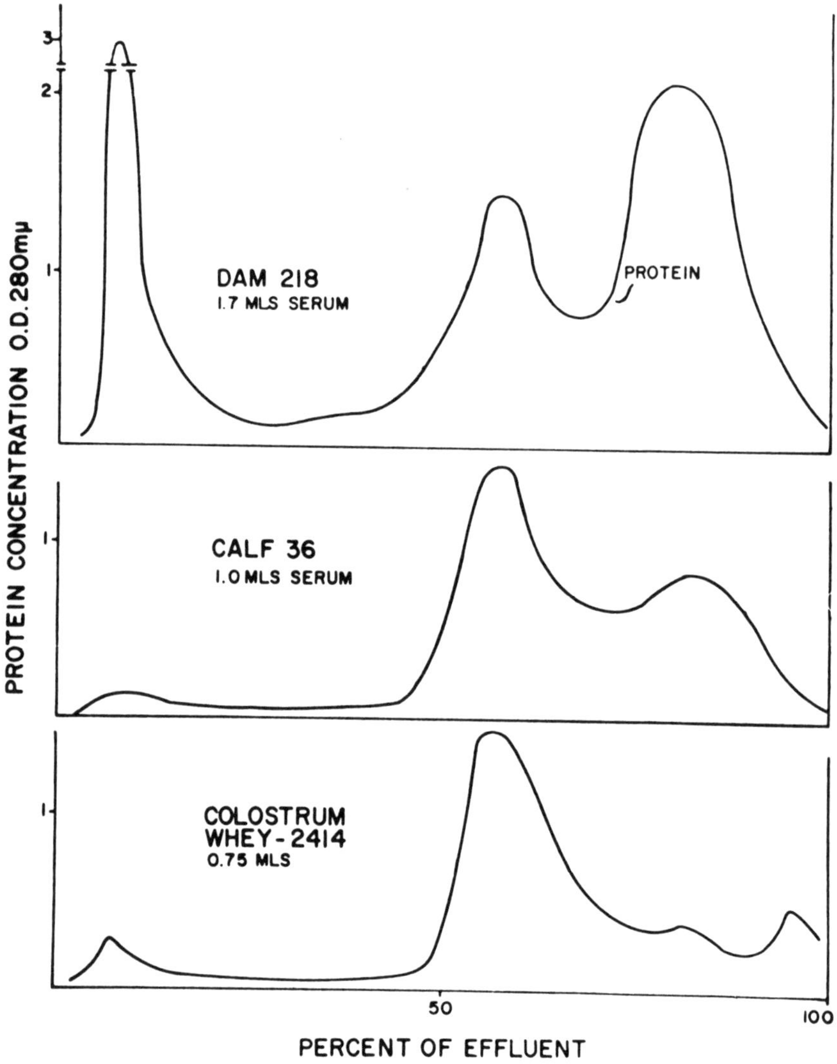

Figure 1 Anion exchange chromatograms of maternal (218) and calf (36) sera and colostral whey (2414) (after *Murphy et al.*, 1964).

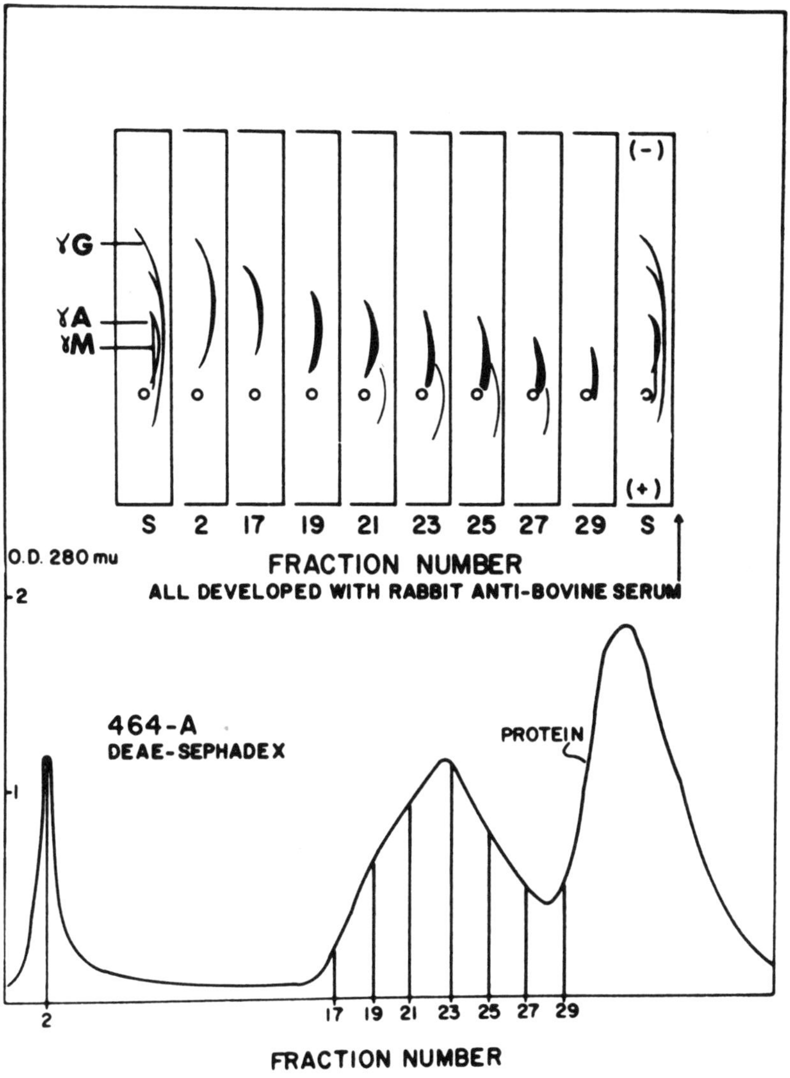

Figure 2 The electrophoretic spectrum of bovine γG-globulins as fractionated on DEAE-Sephadex (after *Murphy et al.*, 1965).

Two ml. of serum 464-A was applied to a column containing 1 mg. of exchanger; the elution gradient progressed from 0.02 M PO_4, pH 8.0 (110 ml.) to 0.37 M PO_4, pH 4.5 (55 ml.) as delivered by a cylinder-cone vessel system (4). γ-G globulin extends cathodally beyond the major spur of the arc. The arc centered over the well is that of transferrin.

1,030,000, that of the heavy and light chains was 76,000 and 22,500 respectively and the sedimentation coefficient was 19.7S.
In a very extensive study *Kickhöfen, Hammer and Scheel* (1968) described the properties of γ-G type immunoglobulins from bovine serum and colostrum. In a first step the gammaglobulins were concentrated from colostrum by precipitation with sodium sulfate and from serum by the rivanol procedure followed by precipitation with ammonium sulfate. These crude gammaglobulins were then submitted to molarity gradient chromatography on DEAE-Sephadex A 50 in a two-step procedure.
The authors divided the immunoglobulins of cattle into 9 chromatographic fractions, the fractions 1–7 being found exclusively in the serum. The fraction 1/2 (break-through peak) of serum globulin had the characteristics of IgG_2 and was of slow migrating type. Fraction 7 represented the main component of the fraction-group 1–7 and was of the fast migrating IgG_1 type. The fraction 8/9 which was present in the bovine serum in some quantity was found to be the main component of bovine colostrum and the exclusive gammaglobulin in other secretions (parotis fluid). Therefore the authors designated this protein as *secretory IgG* or γ Gs (Fig. 3).
The four bovine IgGs from DEAE-Sephadex chromatography are subsequently designated as follows:

IgG_2 :	serum, electrophoretically slow moving	MW 150,000
IgG_1 :	serum, fast moving	MW 150,000
IgGs :	serum, fast moving	MW 163,000
IgGs :	colostrum, fast moving	MW 163,000

Immunologically the four IgGs share common antigenic determinants. IgGs and IgG_1 are clearly distinguishable by specific determinants and there probably are specific determinants on the IgG_2 also.
IgGs is considered a secretory immunoglobulin, but is definitely not identical with IgA which is the main immunoglobulin in human colostrum. In contrast to the human or rabbit IgA from secretions containing 8.12 % or 6.2 % of carbohydrates bovine IgGs exhibited a carbohydrate content of only 3.16 %. Furthermore IgA and IgGs are antigenically dissimilar. *Kickhöfen et al.* (1968) did not succeed in determining IgA in bovine colostrum.

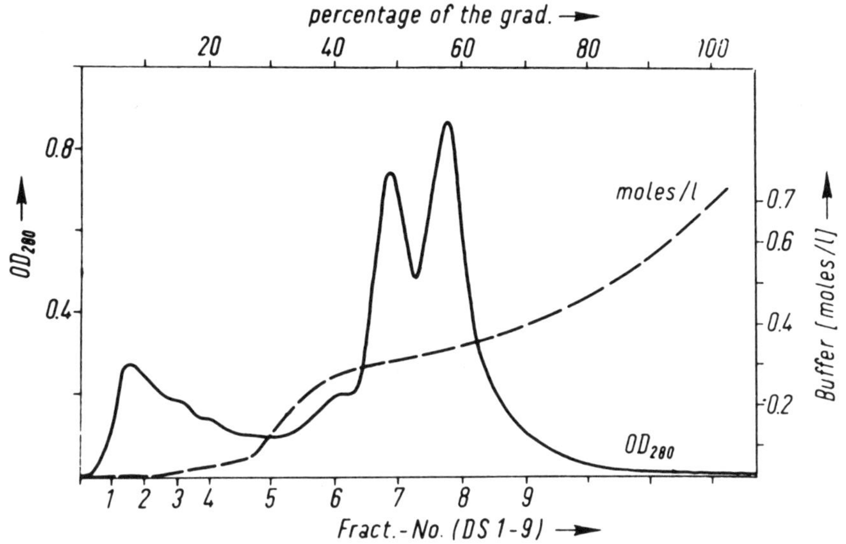

Figure 3 Column chromatography of the ethacridine lactate – ammonium sulfate fraction from bovine serum on DEAE-Sephadex A-50 (after *Kickhöfen et al.*, 1968).

A molarity gradient (———) with 0.02 M Tris phosphate buffer, pH 8.6, as starting buffer and 0.7 M Tris phosphate buffer as final buffer was used. The center of fractions combined after chromatography is marked as DS 1 to DS 9.

Average distribution of the fractions recovered after chromatography (obtained from 14 separations of 6 different sera).

Fraction	Percentage of protein recovered
DS 1	6.8 + 2.4*
2/3	6.5 + 2.3
4	4.2 + 1.0
5	2.9 + 1.1
6	5.7 + 1.5
7	31.2 + 9.4
8/9	42.7 + 9.9

* Standard error of the mean

Hammer, Kickhöfen and Henning (1968) immunized cattle with proteins. They found synthesis of IgM and IgG in the 7 day serum; measured by its antigen binding capacity, IgG exceeded IgM by several times. The IgG titers continued to increase and reached their peak at between 5 and 6 weeks; they then fell gradually whereas the IgM titers decreased very quickly 2 weeks after the primary stimulus. A secondary challenge led to a significant rise of IgM response in serum and of 19S immunoglobulin in colostrum, but at that time antibody was predominantly of the IgG type.
Three weeks after primary and secondary stimulation the 19S antibody in the colostrum was still at its peak whereas the serum IgM had already declined to undetectable level. At the same time the titer of IgG in the colostrum was substantially increased.
It could also be shown that the colostrum 19S macroglobulin was formed by two components: a 19S IgG, identical with the colostrum IgGs and a true IgM; the 19S IgG is probably a hexamer of the IgG-molecule.
Using an anti-whole bovine serum and an anti immunoglobulinserum in immuno-electrophoresis *Penhale, Christie, McEwen, Fisher and Selman* (1970, fig.4) detected IgG_1, IgG_2 and IgM in bovine and

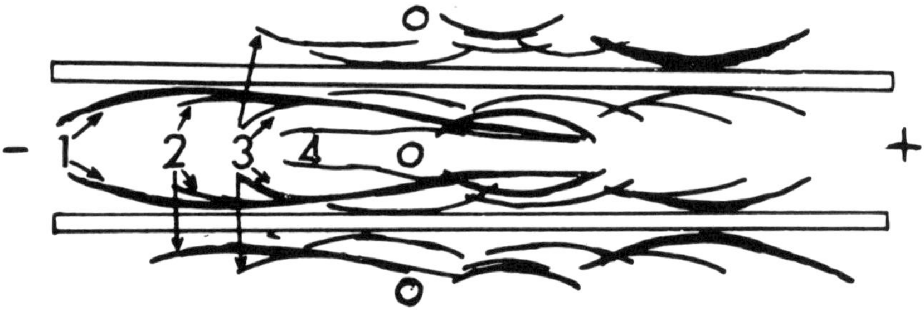

Figure 4 Immunoelectrophoresis of bovine sera using rabbit anti-whole bovine serum (after *Penhale et al.*, 1970).

Upper well, pre-colostral calf serum; central well, adult serum; lower well, post colostral serum. 1, IgG_2; 2, IgG_1; 3, IgA (?); 4, IgM.

post-colostral calf serum; all were absent in the pre-colostral calf serum. In addition, they found a globulin line with IgA-like position in some adult serum, and constantly in 60 pre-colostrum samples.

This line in adult serum could be identical with the fastest IgGs described by *Kickhöfen et al.* (1968), but its presence in the pre-colostral calf serum needs further explanation.
According to *Pedersen* (cited by *Brambell,* 1958) nearly half the serum globulin of the newborn calf is composed of fetuin which has an electrophoretical mobility between the α- and γ-globulins and is peculiar to the fetus and the very young animal.
In normal market calves the mean levels of immunoglobulins were 7.5± 1.0 mg./ml. for IgG and 0.8±0.1 mg./ml. for IgM. In analogy to studies in other species which indicate that the main antibody activity to enterobacterial antigens is represented by the IgM class, *Penhale et al.* (1970) found colostrum antibodies to several *E.coli* O antigens to be of the IgM variety (1967, unpublished). The authors therefore considered the IgM class of immunoglobulins to be probably the chief component in natural prophylaxis to colisepticemia of calves. *Hammer et al.* (1971) also succeeded in isolating the antibody responsible for anaphylaxis in cattle. Its properties are analogous to those of human IgE; it is present in the serum and accumulates in the colostrum and is absorbed from it by the newborn calf.

6.2.2. *Secretory antibodies in cattle*

IgGs, the main secretory immunoglobulin in bovine colostrum which has been identified by *Kickhöfen et al.* (1968) has already been described above. However, since IgGs is selectively transported from serum to colostrum and possesses no secretory piece analogous to IgA, *Mach and Pahud* (1971) suggested that it should not be called "secretory immunoglobulin", this term being reserved for Ig with a secretory piece.
IgA in the bovine species had been provisionally suggested from its electrophoretic position by *Murphy et al.* (1964, 1965), but *Mach, Pahud and Isliker* (1969) were the first to give a detailed description, based on accepted criteria of which the high content of carbohydrates is one. IgA was identified in bovine colostrum in very low concentration and as a major component of the saliva of adult cattle but not of saliva of newborn calves. In addition, it was found as a major immunoglobulin in most other secretions including spermatic fluid, lacrimal, nasal and gastro-intestinal secretions. It has a sedi-

mentation coefficient of 10.8S and a secretory piece which in the free form, was found abundantly in mature milk; its hexose content was 5–6 %.

Contrary to the first publication (*Mach et al.* 1969), the authors later found two forms of serum IgA (1971): a normal IgA and a small amount of secretory IgA, but the content was extremely variable (< 10 mg./100 ml. to >100 mg./100 ml.).

Thus, a definite difference in immunoglobulin production in the bovine species could be shown between secretory organs such as the salivary gland and the mammary gland: the salivary glands synthesize IgA locally and secrete it as a major immunoglobulin while the udder selectively transports IgGs from serum to colostrum and synthesizes a negligible amount of immunoglobulin (*Mach and Pahud* 1971).

Viewing these convincing results, the statement of *Sullivan, Prendergast, Antunes, Silverstein and Tomasi* (1969) that the principal immunoglobulin in the saliva and colostrum of the cow and sheep is a "fast" 7S γ G_1 globulin, low in carbohydrate and with no evidence of a secretory piece must perhaps be revised.

Vaerman (1970) in a monograph on IgA immunoglobulins in man and eight other mammalian species presented evidence for the existence of IgA in bovine serum and colostrum by immunochemical and chromatographical methods (Fig. 5 and 6).

A detailed description of the properties and biological functions of secretory immunoglobulins is provided by the monograph by *Tomasi and Bienenstock* (1968). There the possible mechanism of secretion of IgA is outlined as follows: This immunoglobulin is synthesized locally in tissue plasmalike cells of the lamina propria of the glandular and mucous membrane epithelia. Some transport from the serum across the mucous membrane is not excluded, particularly under inflammatory conditions.

The locally produced IgA which is of the 7S type, traverses the epithelial cell. During this time the secretory piece, a non-immunoglobulin glycoprotein synthesized by the epithelial cell, firmly combines with two IgA molecules probably by disulfide and non-covalent forces, thus forming a 11S secretory IgA molecule excreted by external secretions (Fig. 7).

The properties of secretory immunoglobulins have been discussed in some detail because, in the writer's view, it is very likely that the great importance of local antibody systems which protect surfaces following infection or oral vaccination of human beings (*Mary Ann*

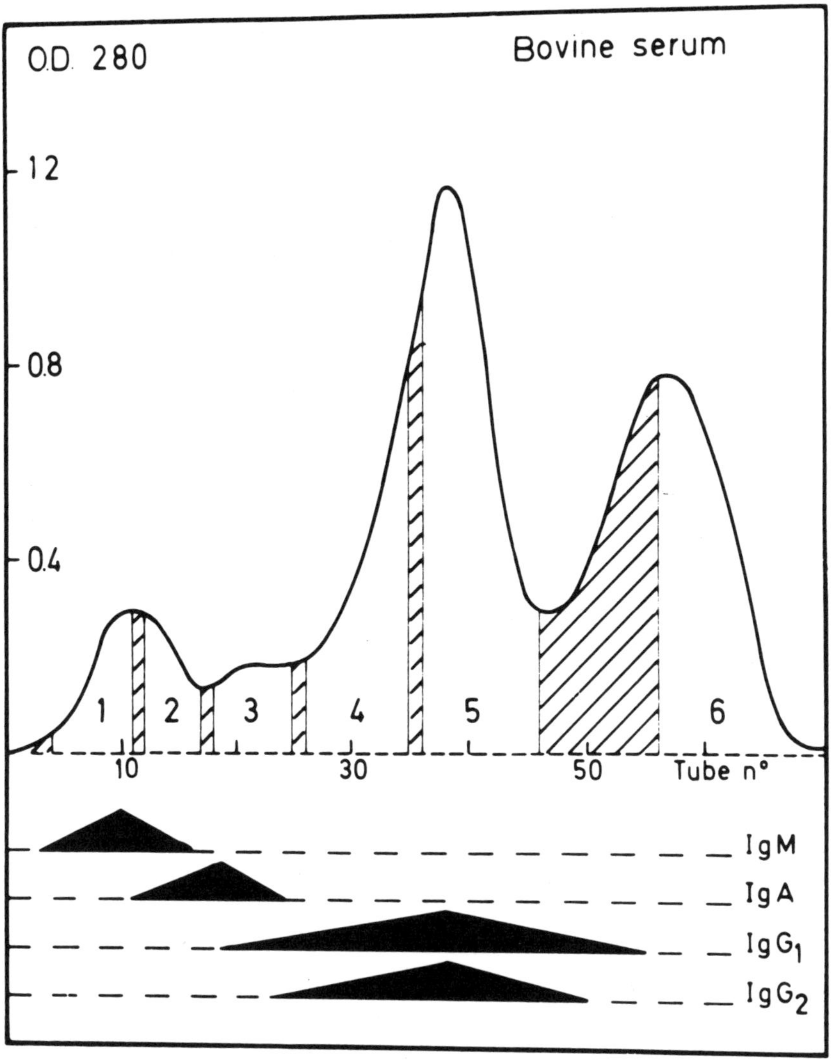

Figure 5 Gel-filtration of bovine serum on Sephadex G-200 (after *Vaerman,* 1970).

Elution pattern and immunochemical localization of bovine immunoglobulins.

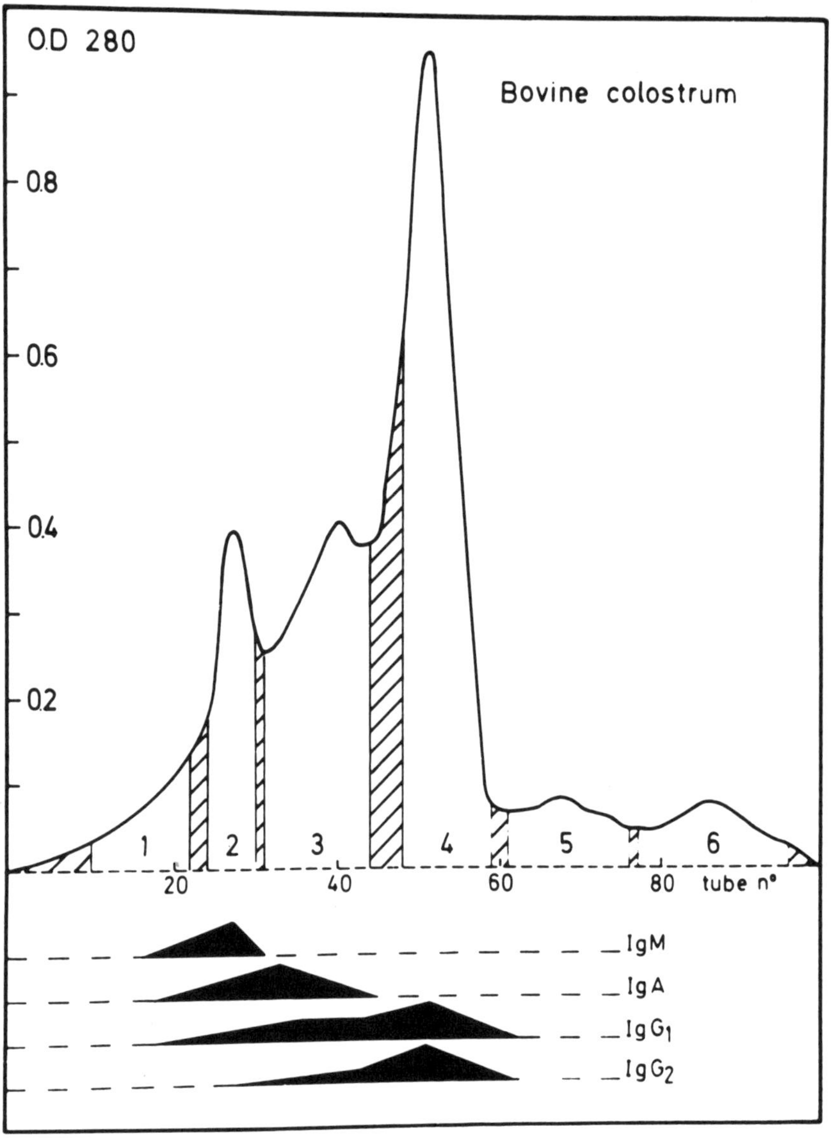

Figure 6 Gel-filtration of bovine colostrum on Sephadex G-200 (after *Vaerman*, 1970).

Elution pattern and immunochemical localization of bovine immunoglobulins.

South, 1971) may very well be of equal validity in animals and particularly in the newborn calf. It is postulated that the IgA antibody is adsorbed onto the mucosa where it adheres and is more resistant to digestion than other classes of immunoglobulins. Since it does not fix complement, it can operate without its help, which is important because the gut lumen contents would be anticomplementary (*South,* 1971).

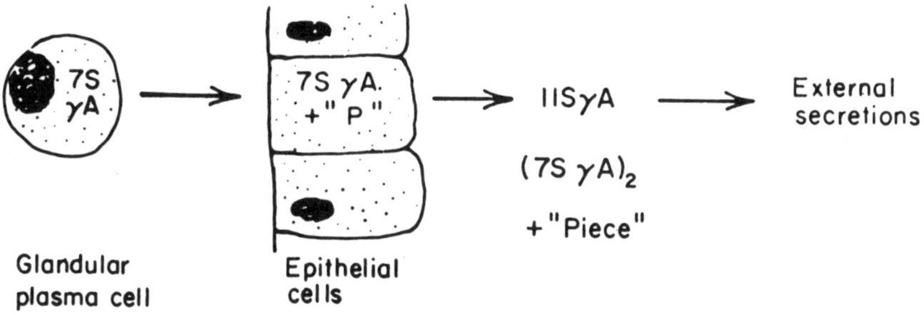

Figure 7 Schematic representation of a postulated mechanism for the formation of secretory γA (after *Tomasi and Bienenstock,* 1968).

6.2.3. *Methods of detection and quantitative evaluation of immunoglobulins*

Electrophoresis has been broadly used for the demonstration of protein fractions in the serum and colostrum.

For routine estimation of "globulin", *Aschaffenburg* (1949) modified a turbidimetric method originally described by *Kunkel* (1947). It involves the measurement of the degree of turbidity developed when highly dilute zinc sulfate is allowed to react with serum. The reaction seems to be specific for γ-globulin and *Aschaffenburg* (1949) succeeded in detecting γ-globulin in serum of calves after they had been given "immune lactoglobulins" from as little as 200 ml of the non-fatty fraction of colostrum. The test has been used by several working groups in England and Scotland with sera taken from living calves (*Ingram et al.* 1953b, *Smith et al.* 1967, *Selman et al.* 1970). In the writer's experience it cannot be used with hemolytic sera from dead animals. *Fey, Nicolet, von Fellenberg and Mar-*

gadant (1964) described the technical details of immuno-electrophoresis, agar gel-precipitation test and production of antisera. They proposed the gel diffusion test, according to *Ouchterlony* using pure anti γ-globulin serum for the measurement of γ-globulin. The test was standardized against a reference serum with a known γ-globulin content and a serum was arbitrarily considered to be normo-γ-globulinemic if it showed a line of precipitation at a dilution of 1/80. This test proved to be very helpful for routine usage with autopsy and clinical material, it not being influenced by hemolysis of the serum. A more recent development is the test of *Mancini, Carbonara and Heremans* (1965) which has been used by *Penhale and Christie* (1969) for quantitative studies on bovine immunoglobulins. It is also the writer's experience that the test is very sensitive for immunochemical measurement of antigens; its main advantage is in delivering absolute values in milligrams of antigen/millilitre.
Using this method *Penhale and Christie* (1969) found a mean value of 12.9 ± 0.6 mg./ml. IgG and 2.8 ± 0.1 mg./ml. IgM in the plasma of cows of 5 different breeds. The value of bulls was 18.5 ± 0.8 and 3.3 ± 0.2 respectively and of Zebu cows, 28.4 ± 1.2 and 10.3 ± 1.0, respectively. Colostrum contained 34.1 ± 2.1 mg./ml. IgG and 4.9 ± 0.4 mg./ml. of IgM.
The quantities detected by *Klaus, Bennet and Jones* (1969) were of a similar magnitude: cow serum contained 26.4 ± 12.6 mg./ml. IgG and 2.6 ± 0.8 mg./ml. IgM and in colostrum 43.3 ± 14.0 mg./ml. IgG and 3.2 ± 1.7 mg./ml. IgM was measured.

6.2.4. *Mammary secretion of immunoglobulins by the cow*

In chapter 6.2.1. it was mentioned that the different serum immunoglobulins do not appear in the colostrum in equal quantities, but that there is a strong discrimination in favor of the electrophoretically fast-moving immunoglobulin (*Pierce and Feinstein,* 1965;) *Murphy et al.,* 1964, 1965; *Kickhöfen et al.,* 1968 and *Hammer et al.,* 1968); in contrast the slow and fast 7S γ-globulins of dry secretion are transported from serum in a comparable concentration (*Murphy et al.,* 1964). There was no qualitative difference between the γ-globulin components of bovine lacteal secretions and serum.
Blakemore and Garner (1956) showed that isotopically labelled

homologous bovine γ globulin appeared in the precolostrum within 22 hrs. after intravenous injection, and that it was concentrated there at least 13 times. Secretion into the precolostrum ceased abruptly at parturition.

This selective transport of bovine γ-globulin into the colostrum has been discussed by *Pierce and Feinstein* (1965). They stated that there is an increasing selection by the mammary gland for plasma immune globulins with increasing electrophoretic mobility. They suggest that the immunoglobulin groups of proteins showing discontinous electrophoretic mobilities are related to the differences in the relative concentrations of immunoglobulin fractions. Thus, major structural differences could occur between different components which could play a significant rôle in determining the differences in transmission to the mammary gland. This possibility suggests the presence of hypothetical "recognition units" on the polypeptide chains of the different bovine immunoglobulins, which are responsible for selective transport. The metabolism and mammary secretion of serum proteins by the cow is best illustrated by a graph published by *Dixon, Weigle and Vazquez* (1961), fig. 8).

The total serum protein rises modestly 3 weeks to 1 month before parturition and is followed by a sharp fall immediately before parturition and a subsequent return to *antepartum* levels within the next 1 to 2 months. Practically all these changes are accounted for by changes in the immunoglobulin fraction, α- and β-globulins and albumin showed little variation.

The colostrum was formed during the dry period with large amounts of gammaglobulin; the concentration was about five times that of the serum at parturition, while the albumin concentration of the colostrum was only 1/25 that of the serum value. Thus, the preferential concentration of gammaglobulin exceeded the concentration of albumin by 100 times. When 500 ml. of human plasma was injected in two cows, human gammaglobulin was concentrated 100 and 300 times respectively more than the human serum albumin, indicating that the bovine udder concentrated heterologous gammaglobulin to a similar degree as its own gammaglobulin. Seemingly, the preference of selection depends upon size, shape and physico-chemical characteristics of the gammaglobulin molecule, rather than antigenic differences.

The same authors emphasized that the concentration of heterologous gammaglobulin is strong evidence that the colostrum's gammaglobulin originates from serum protein and, therefore, is not locally produced. This view is supported by immunohistological examination of the udder carried out by *Dixon et al.* (1961). In all stages of lactation, the connective-tissue stroma of the udder contained readily detectable amounts of albumin and gammaglobulin, but plasma cells containing gammaglobulin were rare. During the early dry period a small amount of gammaglobulin but not albumin was detected in the acinar epithelium. During colostrum formation, the acinar epithelium contained large amounts of gammaglobulin, but little or no albumin. Thus, the acinar epithelial cells change their function fundamentally: they transport largely protein in the dry period and they are mainly active in protein synthesis in the lactating period.

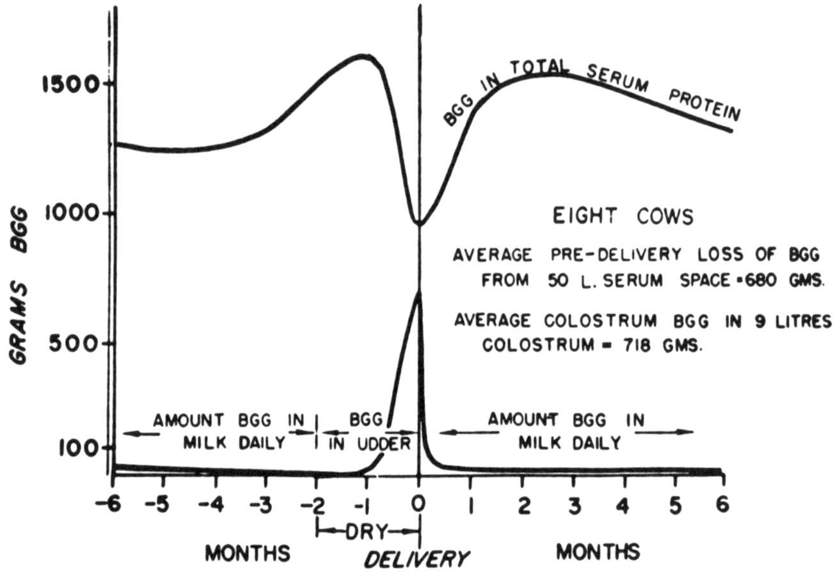

Figure 8 Total bovine γ-globulin in serum and udder (after *Dixon et al.*, 1961).

6.3. *The transmission of passive immunity from the mother to her calf*

Ehrlich (1892) was the first to demonstrate that immunity was transfered passively from mother mice to their suckling young. *Famulener* (1912) demonstrated that the colostrum of goats, immunized with sheep erythrocytes, contained anti sheep hemolysins, often in a titer exceeding that of the serum. When this colostrum was given to the offspring, the young, being devoid of antibodies at parturition, acquired hemolytic antibodies. From this, he postulated that the colostrum contained immune proteins in addition to the normal proteins and that these antibodies were absorbed unchanged most exclusively after birth in the cow, goat, sheep, pig and horse. Traces of immunoglobulin may be present in the calf serum at parturition (*Hansen and Phillips,* 1949; *Brambell,* 1958; *Steck* 1962). Thus the newborn calf exhibits a physiological agammaglobulinemia and only after the first feeding of colostrum it becomes normogammaglobulinemic as shown in fig. 9.

The passive transference of colostral globulin has been demonstrated by means of serological methods, salting-out methods and by electrophoresis (see *Bangham et al.,* 1958).

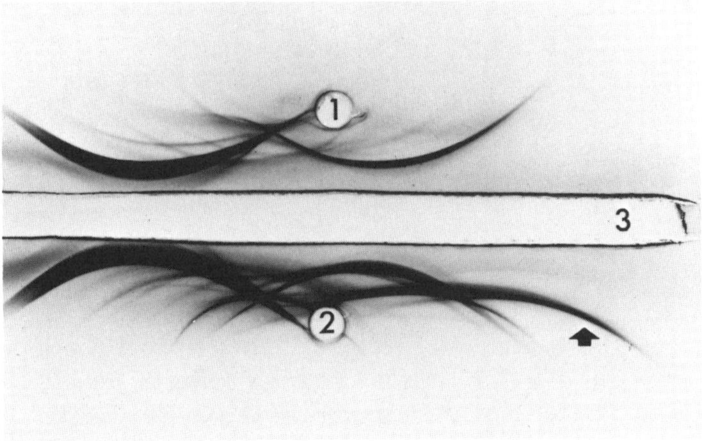

Figure 9 Immunoelectrophoresis of the serum of a calf before (1) and after (2) colostrum uptake developed with a rabbit anti-whole bovine serum (3).
🡅 = line of γ-globulin.

It has already been shown by *Hansen and Phillips* (1949) that immunoglobulins pass unchanged from the colostrum to the circulation of the calf, a fact confirmed by others (see *Balfour and Comline,* 1962).

The situation is different in other species (*Brambell,* 1958): transmission is entirely prenatal in the rabbit, the guinea-pig and man, the young of which acquire their antibodies by diaplacental passage. The rat, mouse, dog and probably the cat are intermediate in that trans-

TABLE V

Time of transmission of passive immunity in mammals (after *Brambell,* 1970)

Species	Transmission of passive immunity	
	Prenatal	Postnatal
Ox, goat, sheep	0	+++ (24 hrs.)
Pig	0	+++ (24–36 hrs.)
Horse	0	+++ (24 hrs.)
Dog, cat	+	++ (1–2 days)
Fowl	++	++ (5 days)
Mouse	+	++ (16 days)
Rat	+	++ (20 days)
Guinea-pig	+++	0
Rabbit	+++	0
Man, monkey	+++	0

mission of passive immunity from the mother occurs both before and after birth. A review is given in table V (after *Brambell,* 1970). It has been claimed that the structure of the multilayered placenta varying among the different species could account for passage or retention of antibody from the maternal circulation to the fetus (*Schneider and Szathmary* cited by *Steck,* 1962). The human placenta hemochorialis, with its three layers, would allow the transfer, the bovine placenta epithelio-chorialis with its seven layers would not. Modern molecular concepts on active transport of small and large molecules through membranes will quite probably reject this explanation as too simple.

6.3.1. *Duration of intestinal absorption of immunoglobulin and quantitative aspects*

Famulener's observation (1912) that colostrum antibodies were absorbed through the intestinal tract only during a limited time after birth is now a fully accepted fact. The capacity of the gut for absorption of immunoglobulin is greatest immediately after birth, then gradually decreases and disappears 24-36-48 hrs. after birth (*Comline et al.,* 1951a, 1951b; *Bangham et al.,* 1958; *Colinet et al.;* 1961; *Kaeckenbeeck et al.,* 1962; *Steck,* 1962; *Balfour and Comline,* 1962; *El-Nageh,* 1967a). This function may be lost in some calves as early as 6 to 8 hrs. after birth (*Gay,* unpublished, 1965). By immunoelectrophoretical methods and gel-precipitation *Steck* (1962) detected only a small amount of immunoglobulins in the serum of newborn calves before colostrum intake. After feeding 1 to 3 liters of the first milk within 25 hrs. after birth, the gammaglobulin content of the calf serum rapidly increased. After 12 to 24 hrs. it reached values 250 to 500 times higher than those at birth and thus was comparable to those of the adult bovine animal. The second milk was of much lower efficiency in raising the level of serum gammaglobulin of the calf. At the age of 34, 36 and 48 hrs. respectively three calves absorbed only small amounts of gammaglobulin and three others nothing of it between 42 and 72 hrs. post partum.

El-Nageh (1967d) who labelled colostrum globulins with fluorescein demonstrated absorption by all epithelial cells of a given jejunal villus of 4 calves less than 24 hrs. old. Among calves 52 to 53 hrs. old, absorption was observed only by the epithelial cells located at the top of certain villi; in older calves (60, 82 and 102 hrs.) there was no absorption at all.

The phenomenon of cessation of protein absorption for which no satisfactory explanation has been found yet, is called closure and will be discussed later in more detail.

Comline, Roberts and Titchen (1951b) used colostral antibodies with anti *Brucella abortus* specificity as a label and found an interval of 60–120 min. between the introduction of whey into the duodenum (via laparatomy), and the appearance of the colostral proteins in the lymph of the experimental calves.

This finding was confirmed by *Balfour and Comline* (1962) who administered ^{131}I-labelled serum globulin into the duodenum of calves 4–17 hrs old. Radioactivity began to appear in the lymph after 80–120 min. and reached a maximum value in about 200 min. Between 12 and 25 % of the labelled protein was recovered from the lymph within 300 min.

Fey (1971a) injected colostrum Ig labelled with fluorescein-isothiocyanate into ligated loops of the small intestine of newborn calves and observed the beginning of gammaglobulin absorption as early as 10 min. after administration. This period seems to be the earliest recorded (see fig. 10 a–d page 80, 81).

It is very difficult to calculate the amount of protein absorbed by the gut because there are so many unknown factors. *Bangham et al.* (1958) estimated the plasma volume of a 9 day-old calf that weighed 34.8 kg. by means of intravenously given radioactive protein. They applied this value to calves used in feeding experiments; 3 hrs. after feeding 8 to 16 % of the labelled protein was found to be circulating in the plasma. Twenty hrs. after feeding, the percentage varied from 5 to 10.

Kruse (1969, pers. comm. and unpublished thesis) greatly emphasized the quantitative relationship between the colostrum Ig content offered to the newborn calf and the amount of Ig that subsequently appeared in the calf's serum. He stated that it was a satisfactory method to feed at least 2 kg. of colostrum from the first milking before the calves were 5 hrs. old and thereafter 2 times a day ad libitum for 4 days. Otherwise it would be difficult to avoid hypo- and agammaglobulinemia under practical conditions.

The increase in serum Ig concentration during the first 24 hrs. after birth was found to be a function of the mass of Ig fed to the calf, the age at colostrum feeding and the birth weight of the calf. The latter primarily determined the absorption coefficient i.e., g Ig absorbed x 100/g. Ig fed which was linearly reduced by about half as the age increased from 2 to 20 hrs.

Klaus, Bennet and Jones (1969) also used the *Mancini*-test for measuring IgG and IgM of pre-suckling calves and found low levels (1.4 ± 5 mg./ml. IgG and 0.1 ± 0.0 mg./ml. IgM). After imgestion of colostrum there was a rapid increase of both immune globulins within 24 hrs., with a peak within the first 48 hrs. of life (day 2: 31.6 ± 13.6 mg./ml. IgG and 1.6 ± 0.8 mg./ml. IgM; subsequently the serum concentration of both Ig's fell. In order to estimate the "efficiency of absorption" the maximal serum concentrations of IgG and IgM were plotted against the corresponding colostrum concentration; this revealed that both IgG and IgM were absorbed from the intestinal tract of the calf with equal efficiency. The mean serum IgG concentration reached 60 % of the colostral level (with a range of 6–166 %!) and the mean for IgM was 49 % (with a range of 4–118 %!). There was complete lack of correlation between calf serum and colostral immunoglobulin, a finding that markedly contrasted with *Kruse's* (1969) findings.
Hammer, Kickhöfen and Henning (1968) examined their immunoglobulin preparations for absorbability by feeding them to a newborn calf. Twenty-four hrs. after feeding, the serum IgG-titer was comparable to that found in the colostrum. However, only 1/4 to 1/5 of the colostrum 19S antibody reappeared in the newborn calf serum.
El-Nageh (1970), on the other hand, did not find even a trace of absorption by injecting fluorochrome-labelled IgM and α 2M-globulin into a ligated loop of the jejunum. When a mixture of IgG labelled with lissamine-rhodamine and of IgM coupled with fluorescein-isothiocyanate was injected, only the former appeared in the epithelial cells.
Colostral antibody which is passively acquired by ingestion undergoes a gradual elimination from the calf's circulation. Its half life has been calculated by different authors to vary from 14 to 50 days (see *Colinet et al.,* 1961 and *Brambell* (1970). *Colinet et al.* (1961) measured the passively received agglutinins against *E.coli* O 137 in the sera of 23 calves and found them to diminish by half titer after 20 to 27.6 days, with a mean of 23.2 days. Using neutralizing antibodies against foot and mouth disease (*Graves* 1963), found this colostral antibody to be present in the calf serum at 2 hrs. and at its maximum titer by 5 hrs. The subsequent loss of virus neutralizing

antibody in serum of calves occurred at the rate of approximately 0.02 logs activity per day, meaning that its half life amounted to 15 days in two animals and 19 days in a third.

6.3.2. *The site of absorption of colostral immunoglobulins*

Comline, Roberts and Titchen (1951a, 1951b) were the first to examine the route of antibody absorption in the intestine. They cannulated the intestinal lymphatic trunk and the thoracic duct and injected 500 ml. of colostrum whey with a high titer of *Brucella* agglutinins through a duodenal cannula. Initially the agglutinins were detected in the lymph but not in the blood serum of 16 experimental animals. No colostrum proteins were found in either lymph or blood after the introduction of colostrum whey to the abomasum and the large intestine when the pylorus and the ileo-caecal junction were ligated. Thus, it was demonstrated that colostral proteins do not enter the portal circulation but are carried to the peripheral blood by the lymph.

The actively absorbing epithelial cells of the jejunum and ileum contained globules with staining reactions similar to those of the protein of the whey. Only few droplets were present when the colostrum was given to calves 63–65 hrs. of age.

In experiments with newborn piglets *Payne and Marsh* (1962a, 1962b) made use of fluorescein-isothiocyanate (FITC) for direct labelling of gammaglobulin which made histological observation of the absorptive process possible. They injected FITC-tagged globulins into 5 cm. intestinal segments of 6 hour-old pigs and removed small pieces at hourly intervals for fluorescent microscopy. It was seen that absorption by the epithelial cells began almost immediately. First fine grains and small spherical droplets were recognized within the cells which then began to coalesce into larger drops and finally into bright areas. Maximal cellular content was observed between the 6th and 7th hrs. post contact. The cells appeared to absorb the gammaglobulin until filled before any was dismissed into the lymphatics. The anterior part of the small intestine absorbed the gammaglobulin rapidly before the posterior part was exposed to the same protein, and the posterior part still absorbed after the anterior part had ceased this activity.

Fey (1964, published 1971) used the same technique in newborn calves and achieved essentially similar results as shown in fig. 10. As early as 10 min. after the administration of FITC-labelled colostrum whey into ligated jejunal loops of laparotomized calves, a brilliant border could be seen in the epithelial cells which indicated absorption of the protein.

El-Nageh (1967b,c; 1970) made a detailed study of the site of absorption of gammaglobulin labelled with FITC and liassamine-rhodamine B 200. No absorption took place in the anterior duodenal segment, but traces were observed in the posterior part of the duodenum. In the jejunum, the absorption was at its maximum and was decreasing in the ileum the last portion of which became negative.

Microscopic observations were made of the fluorescent droplets which were at first very small, then became larger and coalesced after which they migrated to the bottom of the epithelial cell which suggested to *El-Nageh* (1967c) that the basic mechanism of absorption is pinocytosis.

Balfour and Comline (1962) labelled bovine serum gammaglobulin with ^{131}I and injected it in the duodenum through an inserted cannula. The main intestinal lymphatic and the thoracic ducts were also cannulated and lymph collected. After absorption by the small intestine, the labelled gammaglobulin from both lymph ducts could be readily detected by its radioactivity. In contrast, only very small amounts of radioactivity were measured in blood from jugular vein. Thus, it is well established that colostrum proteins are absorbed mainly from the jejunum over a limited time (24–36 hrs.); furthermore, that they migrate through the epithelial cells in the form of droplets which increase in size with time. Thereafter, the protein leaves the cell and is transported through the lymphatics, not the blood, to the circulation where it is detectable after 1–2 hrs. or even after 15–30 min. in pigs and rats (*Kraehenbuhl and Campiche,* 1969).

6.3.3. *Selectivity and non-selectivity of protein absorption in the intestine*

The gut of the newborn calf, as are those of the pig, the kid and the lamb does not discriminate among the proteins it absorbs. The calf's

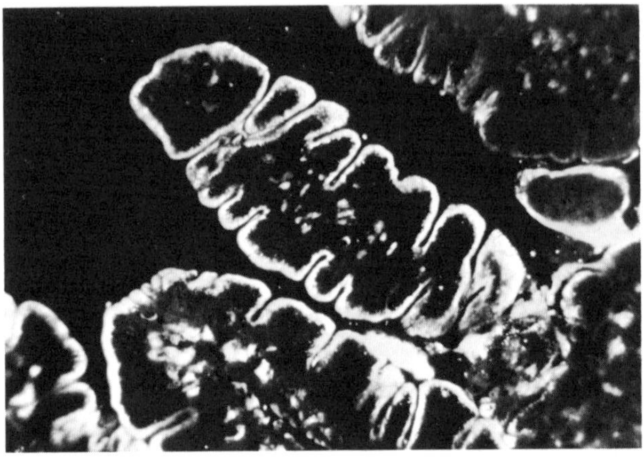

Figure 10a

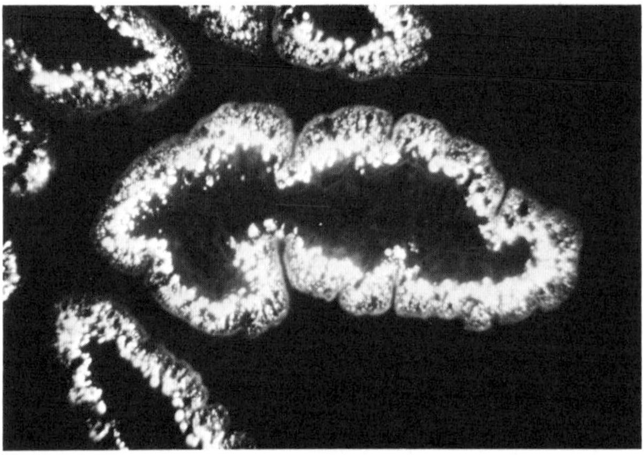

Figure 10b

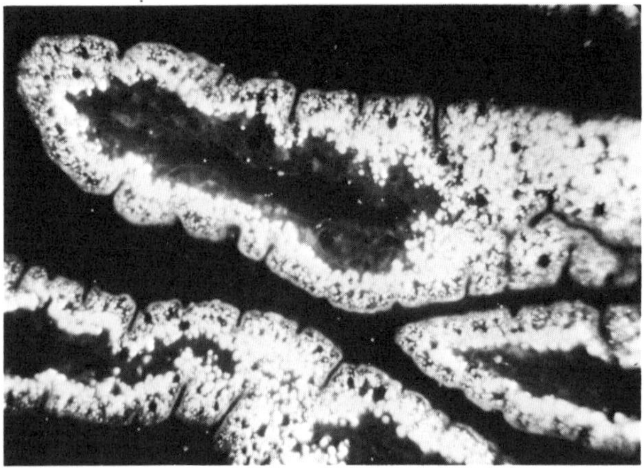

Figure 10c

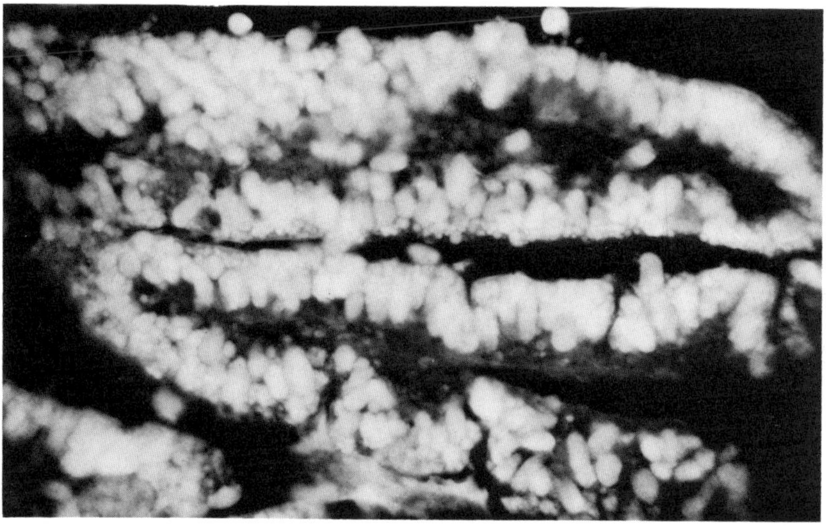

Figure 10d

Legends to figures 10 a–d:

Absorption of FITC-labeled colostral γ-globulin in the small intestine of a newborn calf. (Fluorescence microscope WILD Switzerland. Light source quartz iodine 100 W, primary filters BG 23 2 x 2 mm with Wratten 32 fitted in between, secondary filter GG 13c 2 + 1 mm.)

10a) 10 minutes after administration of the γ-globulin into a ligated loop; b) 20 minutes after; c) 60 minutes after; d) 5 hours after (after *Fey,* 1971).

intestine has been shown to absorb conalbumin, ovalbumin, human and goat γ-globulins, all the major protein fractions of bovine serum and colostrum, ox and human albumin, dextran, gelatin and insulin (*Morris,* 1968). *Steck* (1962) fed equine serum to 14 newborn calves and reported good absorption until 15 hrs. of age. *Bangham et al.* (1958) found no evidence of any selectivity in the absorption of proteins; the several proteins present in a ^{131}I-labelled bovine serum and colostral whey appeared to be absorbed with equal facility. *El-Nageh* (1970) came to the same conclusion working with several bovine proteins other than immunoglobulins. However, he appeared to have detected a difference, in that bovine albumin seemed to be transported to the circulation by the lymphatics and the intestinal veins as well although the α-lactalbumin appeared in the veins after absorption. This finding is in accordance with that of *Balfour and Comline* (1959) who demonstrated that a considerable proportion of serum albumin is transported by the blood, although the major part is lymph borne.

This non-selectivity of protein absorption by the gut of ruminants is in sharp contrast to a marked selectivity by rodents. Young rats and mice absorb antibodies given by stomach tube into their circulation. However in the rat agglutinins, prepared in the rat or the mouse, are transported more readily than agglutinins from other species or are not transmitted at all (*Halliday,* 1957b; *Morris,* 1968). Furthermore, sera of certain species may even interfere with the normal rate of absorption of rat immune serum by the rat intestine, to an extent that cannot be accounted for by the dilution. Human, ox, guinea-pig and rabbit sera have a marked effect in the reduction of the entry of antibodies into the circulation in comparison to similar admixture with homologous serum.

Kickhöfen et al. (1971) confirmed proteinuria of newborn calves after feeding of colostrum. Using antisera against Fab and Fc fragments derived from colostral IgGs by papain digestion, they demonstrated that the Fab fragment was identical to the papain Fab of the urine; the Fc fragment was also detected but in an antigenically deficient form. The site of degradation of IgGs is not known.

6.3.4. *Proteinuria of the newborn calf*

Howe (1924) and *Smith and Little* (1924) demonstrated that ingestion of colostrum by the newborn calf is followed by marked proteinuria that disappears after the third day. Urine of fetuses and unfed calves did not contain protein.

Deutsch and Smith (1957) found that non-antibody proteins of low molecular weight were rapidly lost through the kidney following intake of colostrum. Crystalline β-lactoglobulin and some α-lactalbumin were recovered mainly from urine during the proteinuric stage which was pronounced during the first 24 hrs. of postpartum life.

According to *Pierce and Johnson* (1966, quoted by *El-Nageh,* 1970) only a small amount of immunoglobulin appears in the urine; the bulk of the proteins in the urine have a sedimentation constant of 3S.

In extensive examinations, *El-Nageh* (1970) confirmed proteinuria of the newborn calf during the period of intestinal permeability to colostral protein. When the colostrum contained high titers of coli antibodies, they appeared in the urine as well. The following proteins were found in the urine and identified with electrophoresis, immunodiffusion, chromatography and ultracentrifugation:

two fractions in traces, both being electrophoretically faster than serum albumin; serum albumin apparently in a partially degraded form; traces of serum α-globulin; β-lactoglobulin; α-lactalbumin and partially degraded γ-globulin.

During the first hours of proteinuria, β-lactoglobulin dominates, its concentration decreasing progressively whereas the proportion of γ-globulin increases gradually and dominates finally.

6.3.5. *The mechanism of protein absorption in the small intestine*

It has been assumed by *Clark* (1959, quoted by *Pierce,* 1961/62 and *Morris* 1968) that antibody globulins in the colostrum are taken into the intestinal epithelium between the microvilli by pinocytosis. In the chapter 6.3.3. it has been reported that in ruminants and pigs absorbed proteins are transported unchanged to the circulation and they do not appear to be digested within the mucosal cells. On the other hand, in young rodents only a small part of the absorbed protein reaches the circulation in its original from, and most of this is γ-globulin. The situation is further complicated by the selectivity of protein absorption by rodents in contrast to its non-selectivity by ruminants. Thus, it is quite evident that pinocytosis simply explains non-selectivity of absorption; for selectivity, nevertheless, an additional mechanism allowing recognition of structural differences of the various proteins must be postulated (see below).

In a very conclusive comparative study *Kraehenbuhl, Gloor and Blanc* (1967) elucidated the passage of horse ferritin, taken as a protein model, through the intestinal absorptive epithelial cell of the rat and the rabbit. In the newborn rat immunoglobulins are absorbed up to twenty days *post partum* and appear in the circulation, but in

the rabbit it is not possible to show any immunologically detectable protein entering the circulation.
The absorption of ferritin starts by an invagination of the plasma membrane which then forms vesicles and vacuoles in the brush border region. The ferritin is trapped within these vacuoles, moves downwards with them and then is released into the great supranuclear vacuole. Thereafter, it is taken up by the *Golgi* complex. From there, the protein migrates freely through the cytoplasm and reaches the intercellular space; it then penetrates the basal membrane into the vessels.
The same intracellular course of ferritin is observed in the rabbit but it disappears as soon as it arrives in the circulation and no antigen can be detected by immunochemical methods.
The situation is best represented by some of the author's instructive electron-micrographs and a graphical scheme (Fig.11, 12, 13 and 14).
In continuation of this research, *Kraehenbuhl and Campiche* (1969) included the pig for further comparisons of protein absorption by the jejunal cells. In this investigation anti-peroxidase and anti-ferritin antibodies replaced ferritin as protein which, because of its high molecular weight (800,000), could not be taken as representative for colostral antibody. The absorbed antibody was traced by immunohistological techniques using 0.5 % ferritin or 0.1 % peroxydase as antigens and the sections were prepared for light and electron microscopy. The results confirmed those previously reported: in the three species – by the rabbit, the rat and the pig – rabbit antibodies were taken up by pinocytosis to the jejunal epithelial cells, and vacuoles were formed by the fusion of vesicules. The morphological features were the same in the three species, but the fate of the vacuoles containing antibodies seemed dependant on the species. In the pig, the vacuoles were transported to the bottom of the cell, whereas in the rabbit they had a tendency to coalesce in the supranuclear area. These vacuoles, packed with protein, represent the droplets which progressively increase in size as described by *Comline, Roberts and Titchen* (1951a,b) and *El-Nageh* (1970) and shown in the photographs fig. 10 a–d. Both types of intracellular behavior of the protein are seen in the rat.
The rabbit which – as noted before – does not release any of the absorbed antibody into the circulation and almost all vesicles and

vacuoles containing antibodies reveal pronounced AcPase activity. Owing to the increased AcPase-activity, *Kraehenbuhl and Campiche* (1969) suggested that the absorbed antibodies are efficiently trapped by the lysosomal system. According to them it seems likely that lysosomal activity is the means by which the jejunal cells of the newborn rabbit prevent the absorption of antibodies to the blood.

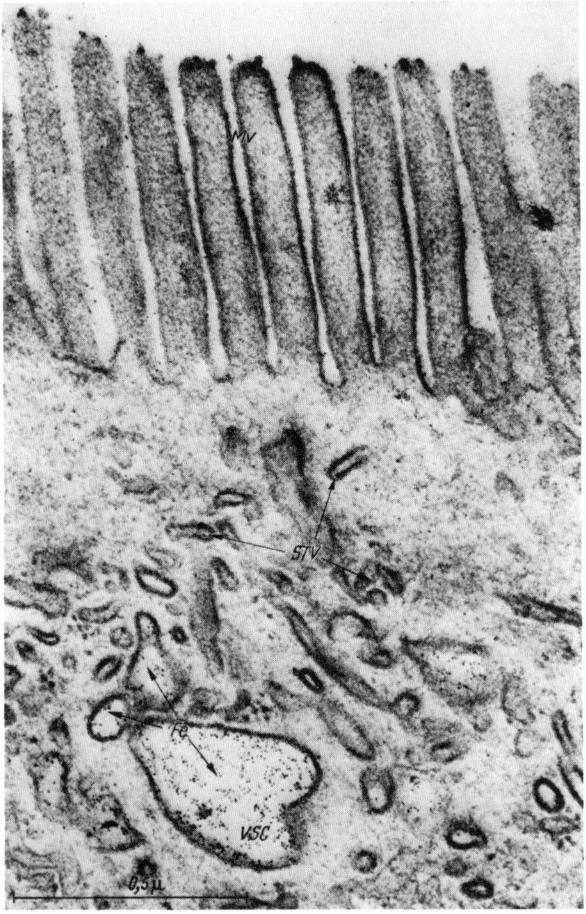

Figure 11 Epithelial cell of the small intestine of a rat on the fourth day. Four minutes after injection of ferritin (Fe). Ferritin molecules in the tubulo-vesicular system (STV) and in the vacuoles (VSC). MV = microvilli. (After *Kraehenbuhl, Gloor and Blanc*, 1967.)

It must be emphasized, however, that in the newborn calf, where our main interest lies, the pathway of protein transport within the epithelial cell is presumably the same as that just described for the pig.

A summary of the functions of jejunal absorptive cells during antibody absorption of the newborn is reproduced from *Kraehenbuhl and Campiche* (1969) in fig. 15.

Returning to the selective transport of proteins by the jejunal epithelial cells of rabbits and rodents, the transmission hypothesis of *Brambell* (1966) must be mentioned. First, almost all the protein is

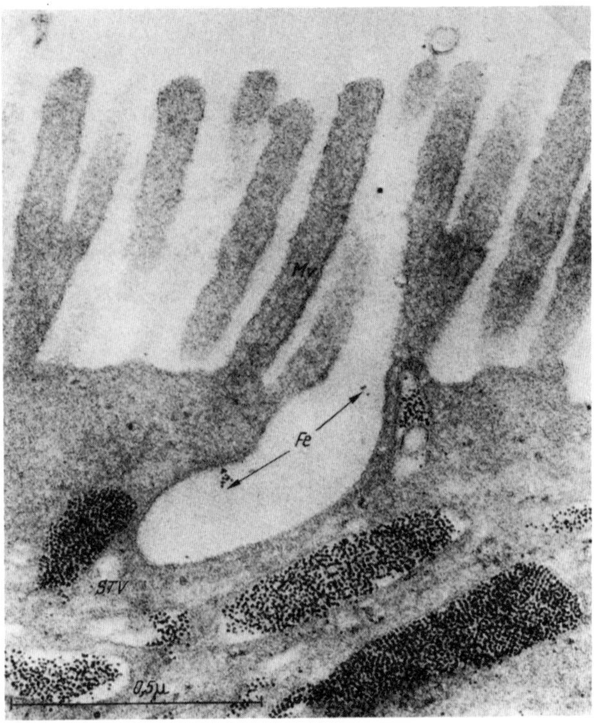

Figure 12 Rabbit on the fourth day. 75 minutes after administration of ferritin.

Some molecules of ferritin are present in an invagination of the membrane covering the microvilli (Mv). Ferritin is densely packed in the vesicules of the tubulo-vesicular system (STV). (After *Kraehenbuhl, Gloor and Blanc*, 1967.)

rapidly absorbed by the cells, only some of it being transmitted intact to the circulation. This is believed to be a pinocytotic process; the protein is enclosed in vesicles formed by invagination of the plasma membrane between the bases of the microvilli.

Brambell (1966) stated that there is no need to assume passage of the protein across the membrane during absorption (which would be

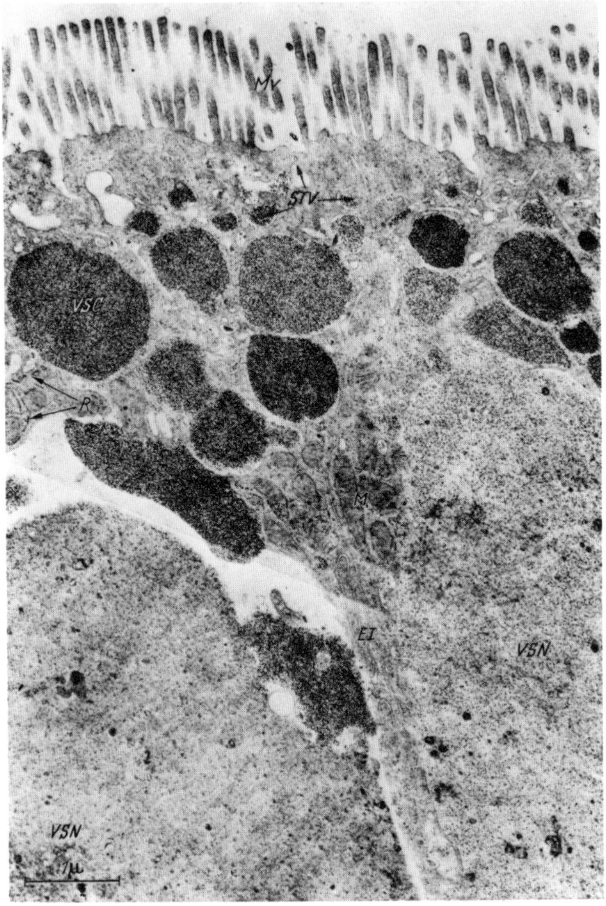

Figure 13 Rat on the fifth day. 90 minutes after administration of ferritin. The tubulo-vesicular system (STV) and the vacuoles (VSC) contain masses of ferritin. Mv = microvilli; R = ribosomes; M = mitochondriae; EI = intercellular space. (After *Kraehenbuhl, Gloor and Blanc,* 1967.)

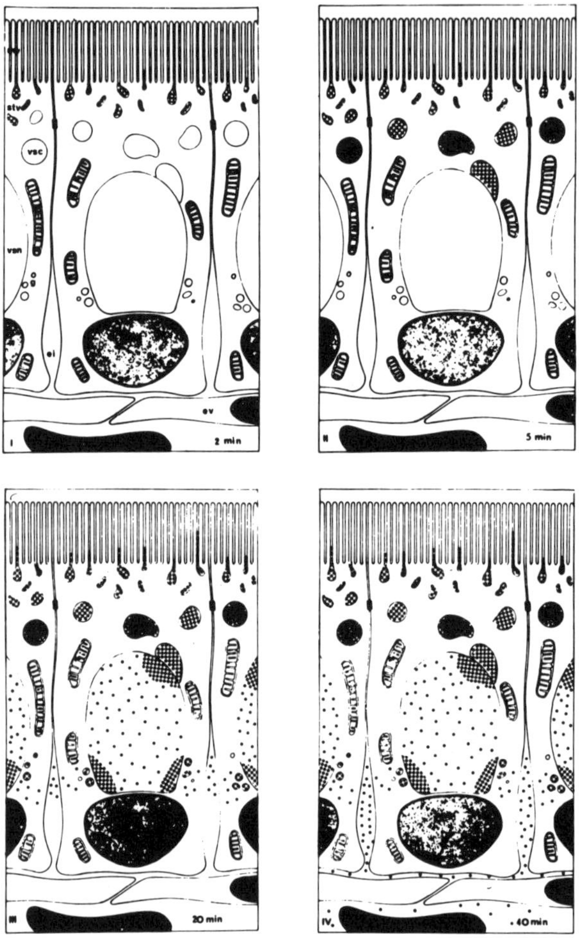

I II III IV

Figure 14 Epithelial cell of the jejunum of a rat absorbing ferritin.

I: Two minutes after administration of ferritin the latter enters the tubulo-vesicular system by invaginations of the plasma membrane between the microvilli.

II: The vacuoles loaded with ferritin are attaching to the supranuclear vacuole (5 min.).

III: After 20 minutes ferritin appears in the intercellular space after having passed the *Golgi* apparatus and the adjacent cytoplasm.

IV: After 40 minutes ferritin molecules arrive in the capillary vessels.

(After *Kraehenbuhl, Gloor and Blanc*, 1967.)

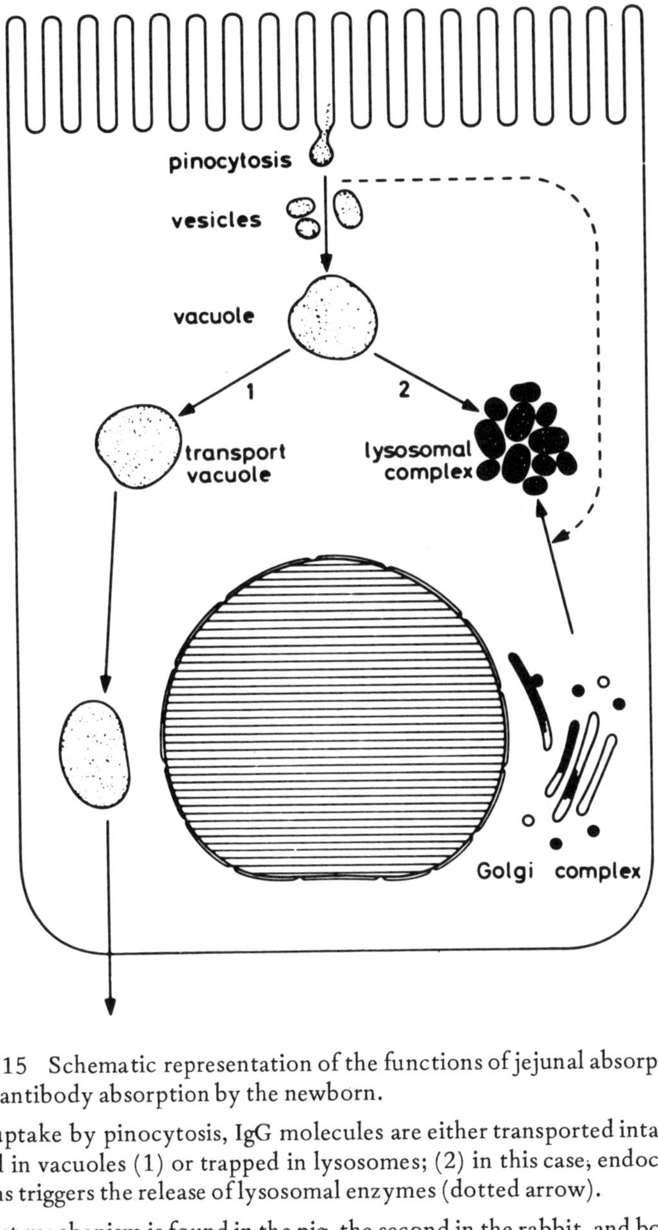

Figure 15 Schematic representation of the functions of jejunal absorptive cells during antibody absorption by the newborn.

After uptake by pinocytosis, IgG molecules are either transported intact across the cell in vacuoles (1) or trapped in lysosomes; (2) in this case, endocytosis of proteins triggers the release of lysosomal enzymes (dotted arrow).

The first mechanism is found in the pig, the second in the rabbit, and both in the rat.

(After *Kraehenbuhl and Campiche*, 1969.)

very unlikely in view of the large size of the IgG molecule). This concept can be easily accepted for the entering process, but it offers no explanation of how it reaches the intracellular space. There, a true migration across the membrane must be assumed.
Again *Brambell* (1966) suggests that for the rabbit and rodents a great part of the protein absorbed (all that is not transmitted to the circulation intact) is degraded in the absorptive cells. This should take place within the pinocytotic phagosomes which, by junction with lysosomes, form phagolysosomes. Proteins that pass intact are assumed to be protected from proteolysis by becoming attached to specific receptors probably located on the walls of the pinocytotic vesicles and are ultimately returned to the circulation.

6.3.6. *Termination of absorption*

The cause of closure of intestinal protein absorption after 24 to 36 hrs. remains obscure. *Payne and Marsh* (1962a,b) working with piglets, stated that within a few hours after the exposure of the absorptive cell to a soluble protein conversion from active protein absorption to a condition of complete non-absorption takes place. Pigs that were fed milk for 12 hours after birth failed to absorb FITC-labelled γ-globulin thereafter. Pigs that were starved for 106 hours post partum still retained the ability to take up γ-globulin. *Payne and Marsh* called this an "all-or-none" phenomenon: i.e. once the epithelial cell had contact with protein and absorbed it, further absorption was stopped.
Graves (1963) reported the case of a calf in which the transfer of neutralizing antibody against the virus of foot and mouth disease to the serum of the calf was prevented by feeding skim milk before the ingestion of colostrum. This case, however, is not conclusive, since a considerable proportion of newborn calves is incapable of absorbing γ-globulin without preceding protein feeding, as will be discussed in the chapter on agammaglobulinemia. *Fey* (1967) made clear that the observation of *Payne and Marsh* (1962) in the pig is not applicable to the newborn calf. The following experiment was carried out in order to test the hypothesis that agammaglobulinemia of colostrum-fed calves was the result of intrauterine uptake of protein (the allantoic fluid of eleven fetuses had a total protein content of 0.5 to 1.3 %, the amniotic fluid of 0.1 to 0.5 %). Seven newborn calves were fed

500–1000 ml horse serum or 400–700 ml allantoic fluid as soon as possible after birth; 4 to 19 hrs. later they were given 1 to 2 liters of their dam's colostrum. In none of the animals did the primarily administered protein prevent the subsequent absorption of colostral gammaglobulin as shown by immuno-precipitation tests. In a second experiment a calf was laparotomized and four loops of its jejunum were ligated. In three of the four loops, either colostral whey, horse serum or allantoic fluid was injected, the fourth loop was left empty and served as a control. After absorption for 6 hrs., colostrum-serum labelled with lissamin-rhodamine B 200 was injected in each of the four loops; 5 hrs. later, pieces of the gut wall were submitted to histological processing and fluorescence microscopy. It turned out that the labelled colostrumserum in all four loops was readily taken up and completely filled the epithelial cells. Thus, it is quite evident that a primary protein contact in the calf does not prevent the intestinal epithelial cell from absorbing a second protein given subsequently, a finding which is in accordance with that of *Kaeckenbeck, El-Nageh and Schoenaers* (1967). *Deutsch and Smith* (1957) unsuccessfully tried to prolong the ability of the small intestine to absorb proteins beyond the first 24 hrs. of postpartum life. Neither did diethylstilboestrol, progesterone, a combination of these two, cortisone and ACTH produce any change in permeability nor any detectable gross change in the experimental calves.
Colostral serum appears to contain substances which accelerate globulin absorption by the newborn calf (*Balfour and Comline* 1962). The appearance of ^{131}I-labelled bovine serum γ-globulin in the lymph was measured after it was administered, either together with colostral whey or with "cold" γ-globulin dissolved in different protein or salt solutions. The clear filtrate, obtained from colostrum whey after removal of the heat-coagulable protein, retained the factors which accelerate globulin absorption whereas absorption from the solution of chloride salts was very slow. The addition of 2 % lactose or glucose to the chloride solution did not affect the globulin absorption. A protein fraction of low molecular weight was isolated from colostral whey which, in combination with inorganic phosphate and glucose-6-phosphate, caused the globulin to be absorbed about as fast as from fresh whey. It has been suggested that gut closure is postponed in premature calves or occurs earlier following

over long gestation periods, but this is obviously not correct. Gut closure is independant of physiological age at birth. *Morris* (1968) considered this factor of survival value to the last-born piglet which may appear several hours after the first. Another hypothesis to explain the closure of protein absorption has been formulated by *Hill* (1956). Based on the assumption that immune globulins cease to be absorbed because, in addition to changes in the permeability of the intestinal mucosa, increasing activity of the digestive enzymes may alter or even destroy the protein molecule. *Hill* (1956) examined the development of the gastric glands in sheep and found that the pH of the abomasal contents of young lambs which had access to the ewe, progressively fell with the increasing age of the animal, being pH 7.0 in the presuckling period, 4.0 at 24 hrs. and just over 3.0 at 36 hrs. of age. At the same time the proteolytic activity, at pH 2.1, of adult gastric juice was considerably greater than that of the young animal. This condition was reflected by histological evidence of numerous peptic cells, containing pepsinogen granules in the abomasal mucosa at term, whereas the number of parietal cells was low at term but increased comparatively rapidly during the first three days of life. Thus, the abomasal secretion was, in fact, originally deficient in hydrochloric acid and was followed by a marked increase in the acidity of the abomasal contents. The hypothesis, according to which the cessation of protein absorption is correlated with the development of gastric proteolysis, was placed in question by the results of an experiment carried out by *Smith and Erwin* (1959). They ligated the duodenum of five calves of different age, thus preventing the gastric juice from entering the small intestine. Colostrum was then introduced by a cannula to the intestine posterior to the ligature. Two calves (6 and 18 hrs. old, respectively) absorbed the gammaglobulin. However, older calves (48–60 hrs) did not absorb the immune proteins; thus, gastrointestinal enzyme development was not considered as the primary reason for the inability of older calves to absorb immunoglobulins. Moreover *Smith and Erwin* (1959) believed in transitory permeability of the intestinal wall of the young calf to colostrum proteins.
In the meantime the structure of the IgG molecule became better understood (*Isliker et al.,* 1965; *Cohen,* 1966; *Heimer,* 1967; see fig. 16).

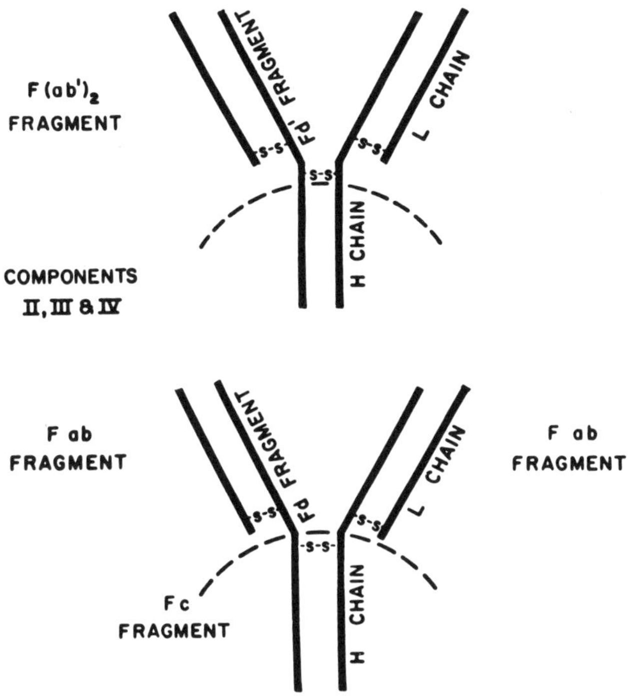

Figure 16 Model of IgG molecule (after *Heimer et al.*, 1967).

The IgG molecule consists of two class-specific heavy chains (H-chain γ for IgG) and two type-specific light chains (L-chain) which are linked by S – S bonds. Degration by pepsin (top) leads to the F $(ab')_2$ fragment, comprising two L chains and two Fd' fragments linked by at least three disulfide bonds, and to three other compounds of lower molecular weight. Degradation by papain (bottom) leads to two Fab fragments and the Fc fragment (crystallizable fragment). It must be emphasized, however, that this information has been obtained from experiments with rabbit and human IgG and that they are not necessarily applicable to bovine IgG which, to the writer's knowledge, has not yet been investigated to the same extent.

It has been demonstrated that the transport of IgG across the human placenta is mediated by the Fc-piece which is also responsible for the fixation of complement. The Fc fragment is transmitted through

membranes with similar facility to the intact molecule, but the $F(ab')_2$ fragment is retained despite its smaller size (MW 91,000).
The capacity of the Fc piece to function as a transport-mediator, suggested to *Fey* (1967, 1968, 1971) that the colostrum IgG would adsorb to the epithelial cell by means of the Fc piece and, thereafter be absorbed into the cell.
Hartley (1948, 1951) observed that horse diphtheria antitoxin (refined by pepsinization) when injected in very large doses in women in and advanced stage of pregnancy, did not pass to the infant. The same was true in pregnant guinea-pigs, whereas non-treated homologous antitoxin passes the placenta freely, and in abundance. Further, passive anaphylactic sensitization of guinea-pigs was completely lost when the homologous antitoxin was treated with pepsin.
Brambell, Hemmings and Oakley (1959) reproduced these experiments with tetanus antitoxin in rabbits. When the fetuses in the pregnant uterus were exposed simultaneously to natural and pepsin-digested rabbit antitoxin injected in the uterine cavity, the natural antitoxin was readily transmitted, but the pepsin-digested antitoxin was not.
The structural basis for this condition was discovered when *Brambell et al.* (1960) demonstrated that the Fc fragment (fraction III), isolated after papain treatment of the IgG molecule, was transmitted to the fetus almost as easily as the whole immunoglobulin, whereas the Fab fragments (fractions I and II) appeared in the fetus at a rate of $^1/_5$ to $^1/_{10}$ of their original concentration.
To-day the Fc-piece which represents most of the antigenicity of the IgG molecule, but does not carry the antibody-specific region, is recognized as a "transport piece" (*Isliker et al.,* 1965).
In the light of these observations, there seemed to be some justification for re-examining the peptic activity exerted on the immunoglobulin ingested by the newborn calf, and despite the negative experiment of *Smith and Erwin* (1959), *Fey* decided to test the following hypothesis (1971; published in more detail elsewhere): during the first 24–36 hrs. of life, the gastric pH is too high for any peptic activity, therefore, the immunoglobulin would remain intact and, thus, the Fc-piece, by its adsorptive capacity, would mediate the absorption of the gammaglobulin molecule. Thereafter, the pH

would gradually decrease (as measured in the lamb by *Hill,* 1956). At a sufficiently low pH (pH 4.5 and less) pepsin is rendered active. Peptic degradation of the globulin would begin and the molecule $F(ab')_2$ devoid of the Fc-piece, would no longer be able to adsorb to the epithelial cell and, therefore, would not be absorbed.

TABLE VI

Mean values of pepsin[1] in and pH of the abomasum of seven newborn calves

	Protein mg./100 ml.*	Pepsin mg./100 ml.	mg. Pepsin/ 100 mg. Protein	pH abomasum
7 calves 8–18 hrs. old	374.25 ± 36.72	3.83 ± 0.27	1.01 ± 0.09	5.9 – 6.9
Calf No. 9	404.0	36.5	8.98	NM
Calf No. 10 both 6–8 weeks old	369.3	10.4	2.72	NM

* Dilution 1/10 of the original material.

It is evident from table VI that the pH is high in the abomasum of newborn calves and that the scrapings of the abomasal mucus membrane contains relatively little pepsin compared with those of two slaughter calves.

[1] The determination of these values by *Prof. Richterich,* Bern is appreciated.

Therefore, the first condition was fulfilled and in order to test the hypothesis mentioned above, pregnant cows were immunized with horse ferritin, Salmonella antigen H i and H d and the resulting high-titered first colostrum was pepsinized with 2 % pepsin w/w protein at pH 4.0 for 36 hrs. It was then dialyzed against tris-glycin-buffer, pH 7.6 and thereafter submitted to gel-filtration with a first column of *Sephadex* G 100 and a second one of *Sephadex* G 200 (fig. 17).

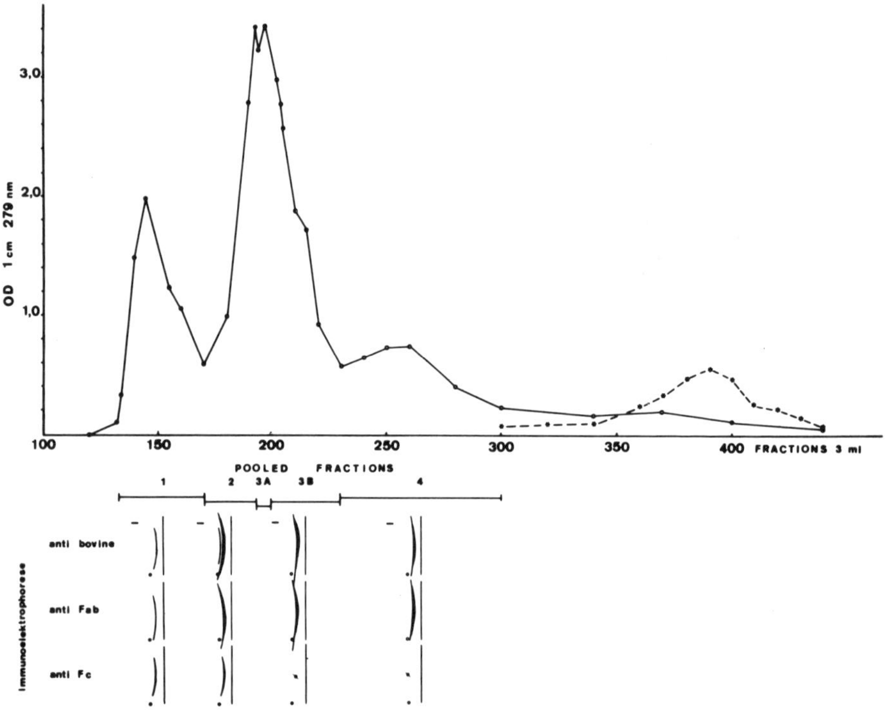

Figure 17 Results of gel filtration of pepsinized colostral serum anti-ferritin (after *Fey,* 1971) 15 ml. serum = 715 mg. protein. First column of Sephadex G 100 (96 x 2,5 cm.) followed by a second column of Sephadex G 200 (94 x 3.5 cm.). TRIS-Glycin buffer pH 7.6 after Porath *-*-*- peak which disappeared after dialysis, a non-antigenic fraction.

After control by immuno-electrophoresis using anti-bovine whole serum antibody, anti-Fc and anti Fab, the descending slope of the main peak (fraction 3b) was considered to be the "F $(ab')_2$"-fragment which gave one band in the disc electrophoresis and a single peak in the analytical ultracentrifuge.
This fraction was labelled with FITC and injected in a ligated loop of the small intestine of a newborn calf; it was found by fluorescence

microscopy to be absorbed equally as well as non-pepsinized normal FITC-labelled colostral serum.

When intact colostral IgGs and the F $(ab')_2$-fraction were labelled with ^{125} I after the method of *McConahey and Dixon* (1966) and each injected in jejunal loops of a newborn calf, a comparable radioactivity was detected after 20–60 min. in the peripheral blood. Thus, there was no evidence of a difference in the transport of intact and pepsinized immunoglobulin through the intestinal epithelial cell to the circulation. The Fc-piece apparently does not play a decisive rôle in this mechanism.

Another approach to the phenomenon of cessation of intestinal protein absorption was made by *El-Nageh* (1967d, 1970). Using FITC-labelled colostral serum which was injected in ligated intestinal loops, he observed over-all absorption of the protein by each epithelial cell along the villi in calves 6 hrs. of age (as noted previously). In contrast to this, in calves of about 53 hrs. old the fluorescence (i.e. absorption) was limited to the apical end of the villus. *El-Nageh* (1967d, 1970) related this to the cellular renewal of the epithelium, meaning that epithelial cells able to absorb protein when the calf is younger, migrate along the villus to its tip where they pick up the labelled protein administered at the later time. The replacement cells which are on their way from the bottom of the villus are no longer able to absorb and do not show any fluorescence. *El-Nageh* (1967d) quotes various authors who stated that the intestinal epithelium of the newborn calf was totally renewed after 1.6 to 2 days.

Sunshine et al. (1971) estimated the turnover rate of the intestine of a normal rat, rabbit, mouse and human to be approximately two to three days, i.e., the needed time by the cells to leave the proliferating area of the crypts (where numerous mitotic divisions take place), to become differentiated cells of the villi and then to be dismissed from the tips of the villi into the lumen of the gut. In the suckling rat (and probably in other species too) the turnover of intestinal epithelial proceeds at a much slower rate.

The observation made by *El-Nageh* (1967d) is important and his experiment should be repeated. If confirmed, it would indicate that after the time of closure, the individual epithelial cells of the small intestine undergo a significant, yet unexplained, functional change with regard to their permeability for proteins.

It seems obvious that this alteration does not take place inside the cell, but on its surface. In other words, the protein is not suddenly degraded within the epithelial cell (in the sense of *Brambell's* phagolysosomes, 1966) and, therefore, unable to reach the circulation, but it is obviously no longer absorbed at all following the closure time.

6.4. *Agammaglobulinemia. Its rôle in the pathogenesis of colibacillosis*

It has been stated in preceding chapters that colostrum-fed calves are well protected against coli septicemia and it is difficult to infect them artificially; further that a high percentage of colostral-deprived calves tend to develop spontaneous colibacillosis and that experimental septicemia can easily be reproduced if virulent strains are used.

On the other hand, it is known from practical experience that calves which died from coli septicemia had been fed colostrum, according to common practice, within the critical first 24 hrs. after birth, and that they succumbed despite this circumstance. This apparent contradiction was solved when in 1960, *Fey and Margadant* (1961) found marked hypogammaglobulinemia in a normal 4 day-old calf by means of immuno-electrophoresis. By systematic immunoelectrophoretical examinations of dead and normal calves, they found that 5 of 46 "normal" calves (10.9 %) were more or less hypogammaglobulinemic, whereas 21 of 22 colisepticemic calves (95.5 %) proved to be severely hypogammaglobulinemic or even agammaglobulinemic. Recently *Fey* (1971a) published more favourable figures: 175 of 191 calves, i.e. 91.6 % with colisepticemia were found to be hypo- or agammaglobulinemic in spite of colostral intake on the first day after parturition.

Routine examinations using the immuno-precipitation method of *Ouchterlony* revealed that agammaglobulinemia and hypogammaglobulinemia occurred as a rule in calves which died from colisepticemia, whereas normogammaglobulinemia was usual and hypogammaglobulinemia was exceptional in healthy calves of the same age. On account of this fundamental difference in septicemic and healthy calves, *Fey and Margadant* (1962) considered agammaglobulinemia to be an important, if not an essential predisposing factor for coli septicemia of calves.

Fey (1967) expressed the view that since colibacillosis is a "factors disease", agammaglobulinemia would act as a comprehensible conditioning factor; more comprehensible, anyhow, than other factors such as "good climate, housing and management", which are certainly very important, but difficult to define.

Since the newborn calf is normally practically agammaglobulinemic and after the first colostrum feeding becomes normogammaglobulinemic, it is proposed to designate the abnormal and potentially dangerous condition we speak of here, as "persistent agammaglobulinemia", indicating that it continues to exist despite of colostrum intake in due time.

By means of paper electrophoresis, *Boguth* (1954) found a low value of gammaglobulin in 3 of 10 normal calves but this had seemingly no clinical consequence.

Smith (1962) detected a great variation in the amount of immune globulins absorbed by 52 colostrum-fed calves. Six calves had a turbidity reading (zinc sulfate test) between 0 and 5 which was comparable to the range of colostrum-deprived animals. Three of these calves developed bacteriemia with *E.coli* and paracolon bacilli. The amount of immunoglobulins absorbed by other calves had no apparent effect on their health; 26 calves which had relatively normal immunoglobulin levels scoured severely or moderately.

Gay, McKay and Barnum (1964) fed 83 calves with colostrum containing high titers of coli O agglutinins. Six of 11 calves which were "low-titered" after ingestion were markedly hypogammaglobulinemic and three of them died of colibacillosis.

Gay, Anderson, Fisher and McEwan (1965a) supported *Fey and Margadant* (1962a) in stating that the level of agglutinin against *E.coli* is not related to the susceptibility of the calves to coli septicemia, but that the prime factor concerned is deficiency of serum gammaglobulin even in calves that have been fed colostrum. They approached the problem from another angle: *Fey* examined calves which died from septicemia and found agammaglobulinemia in a high proportion whereas *Gay and his colleagues* (1965a) measured the globulin levels of 178 healthy market calves under four days of age in an attempt to predict which of them would die from colisepti-

cemia. Fifty-three calves (29.8 %) were markedly or absolutely deficient in serum gammaglobulin (zinc sulfate test). Thirty-one calves died (17.4 %); 20 (11.2 %) with colisepticemia and 11 (6.2 %) from other causes. All but one of the deaths from colisepticemia were of calves with low readings; thus, the test separated out practically all the calves that subsequently died from coli septicemia.
There was some evidence that the mortality from enteric colibacillosis (not septicemia) was also related to low serum gammaglobulin levels which results contrast with those of *Smith* (1962).
Klaus, Bennet and Jones (1969) supported the opinion of *Fey and Margadant* (1962a) that hypogammaglobulinemia is an important pathogenetic factor in colibacillosis, but suggest that the more recent knowledge of the functional heterogeneity of IgG and IgM should be taken into consideration.
Using the radial diffusion method of *Mancini, Carbonara and Heremans* (1965) *Penhale et al.* (1970) assessed the immunoglobulin content of market calves with differentiation between IgG and IgM. The results of their investigations are given in table VII and in figures 18 and 19.
Both Ig classes were present at low levels in calves which subsequently succumbed to colisepticemia, but it was not possible to

TABLE VII

Immunoglobulin values of market calves in relation to clinical history. (After *Penhale et al.* 1970)

	IgG (mg./ml.)			IgM (mg./ml.)	
Clinical history	No. of calves	Mean ± SE	Range	Mean ± SE	Range
Survived	24	7,5±1,0	1,4–18,6	0,8±0,1	0,2–2,6
Died					
Non-septicemic	18	5,0±1,0	0,7–12,6	0,6±0,1	0,1–1,9
Septicemic	19	0,8±0,3	0 – 5,3	0,2±0,1	0 –1,0

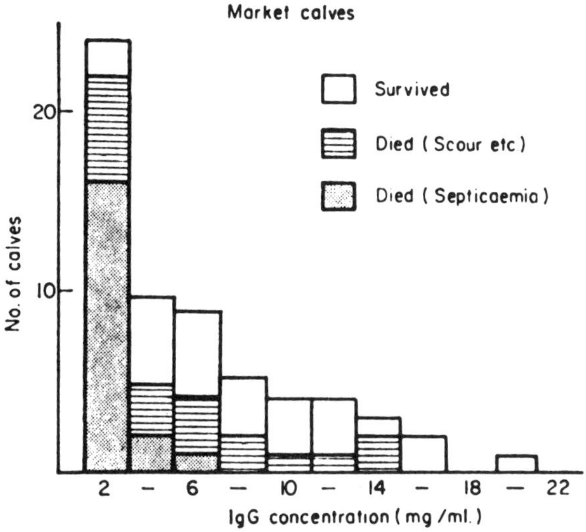

Figure 18 The distribution of IgG values in relation to clinical history of market calves. Open columns, calves survived; cross-hatched columns, calves died of scours, etc.; solid columns, calves died of septicemia.

(After *Penhale et al.*, 1970.)

ascertain which class was of primary importance in this respect. *Penhale* (1967, unpublished), however, stressed his observation that in bovine colostrum O antibodies against *E.coli* strains pathogenic for calves are predominantly of the IgM variety. He, therefore, suggested that the IgM class of immunoglobulins may be the chief component for natural prophylaxis of coli septicemia in the calf; calves deficient in IgM invariably died, even when IgG was present in some cases.

Hurvell and Fey (1970) examined a group of 3901 calves from three to 31 days of age that were made available through the Swedish Meat-Marketing Association. 16 % (i.e. 514) of the calves had hypo- and agammaglobulinemia according to the definition of *Fey and Margadant* (1962a). Twelve of 16 calves which died with septicemia had a subnormal gammaglobulin level and the sick calves which survived had significantly higher gammaglobulin contents than those which died. Thus, the mortality risk was considerably greater for calves with low gammaglobulin content. Hypogammaglobulinemia was observed more frequently during the months of March and April

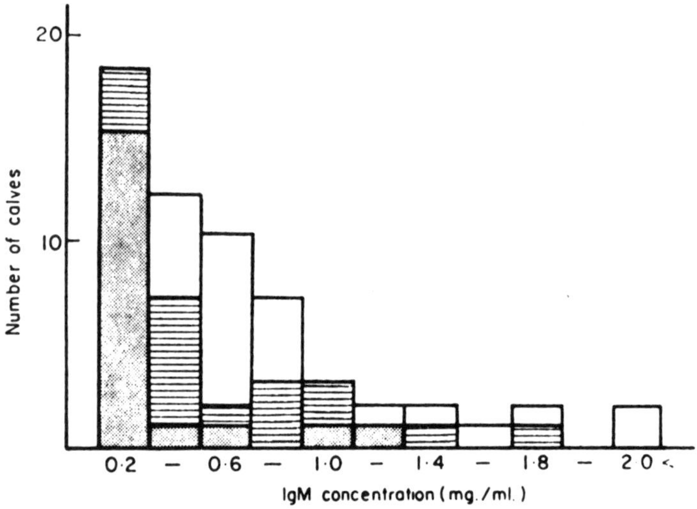

Figure 19 The distribution of IgM values of market calves in relation to clinical history. Open columns, calves survived; cross-hatched columns calves died of scours, etc.; solid columns, calves died of septicemia.

(After *Penhale et al.*., 1970.)

and was of lowest frequency in calves born in September and October. *Sapre* (1970, pers.comm.) reported that buffalo calves of India are very susceptible to early postnatal infection, particularly scours and coli septicemia, the mortality being over 60 % in spite of the timely feeding of colostrum, treatment with antibiotics, etc. The calves which died had hypogammaglobulinemia or, in some cases, were completely deficient of gammaglobulin although it is already known that calves can survive with a relatively low level of gammaglobulin. The contrary situation has also been observed, i.e., that some calves with fairly high levels of gammaglobulin do succumb to scours and septicemia.

The latter circumstance was also observed by *Mayr et al.* (1965) who reported severe, lethal cases of septicemia in normogammaglobulinemic animals. *Glantz* (1965) took a contrary view to *Gay et al.* (1965) as already cited in favouring the protective rôle of K-antibody against *E.coli* and stating that a deficiency of serum gammaglobulin should be paralleled by a lack of antibody if the former is considered a primary pathogenetic factor for septicemia. He asked whether the increase and decrease of coli antibodies and serum gammaglobulin are correlated. He denied that deficiency of gammaglobulin was a primary factor because only 17 of the 53 hypogammaglobulinemic calves listed by *Gay et al.* (1965) died with septicemia and because it still has not been proved that gammaglobulin, devoid of detectable antibody against a given serotype of *E. coli,* protects against that type. *Glantz's* argument (1965) is difficult to follow. Antibody is a gammaglobulin and, therefore, absorption through the gut wall is parallel. It is hard to accept that antibody could be present in the calf's serum after colostrum intake when gammaglobulin is absent.

Dam (1968) in Denmark, also brought gammaglobulin levels of colostrum-fed calves into relation with their clinical fate during the first week after birth. Two-day-old calves with coli septicemia had lower relative and absolute serum gammaglobulin contents than surviving calves. But the difference was not impressive or constant and agammaglobulinemia was extremely rare even in calves which later succumbed to septicemia. *Dam,* therefore thought of agammaglobulinemia as an etiological factor in sporadic cases but not comparable to other factors, notably the pathogenicity of the coli strains involved, and environmental conditions. He also argued that under certain practical epidemiological conditions where there is an accumulation of cases within a herd, the theory of agammaglobulinemic etiology would have to be explained by a genetic factor responsible for the impermeability of the intestine of numerous animals to gammaglobulins. This seems to be unlikely to *Dam* (1968).

Plank (1967) considered the fact that there was a decrease of mortality due to coli septicemia in the second week of life, in spite of lack of quantitative or qualitative improvement of the gammaglobulin level as evidence that hypogammaglobulinemia was not the sole cause of colisepticemia.

The observation of several authors that a considerable percentage of hypogammaglobulinemic calves survive, is not too surprising and certainly no argument against the presumed pathogenetic rôle of agammaglobulinemia in colisepticemia. The fact that calves which died from coli septicemia are hypo- or agammaglobulinemic in the majority of cases has been shown by many investigators. But the reserve is not true; namely that a hypogammaglobulinemic calf obviously need to die of colisepticemia unless it has been exposed to a virulent coli strain (for instance 78:80B). Hypogammaglobulinemia is not an all-or-none phenomenon, but a quantitative condition for infection with a coli strain which, at the critical time, is present in sufficient number and of sufficiently high virulence. It will be shown in the chapter on epidemiology that the latter is not always the case. In the author's view, the following situations support the theory of the pathogenetic rôle of agammaglobulinemia in the mechanism of coli septicemia:

1) The evidence that the feeding of whole colostrum is of vital importance for the newborn calf is overwhelming.
2) Experimental infection with virulent coli strains is relatively easy in colostrum-deprived agammaglobulinemic calves and difficult in colostrum-fed ones which are normogammaglobulinemic.
3) The protection against natural and artificial infection is given by the aqueous fraction of the colostrum whey, i.e. the immune globulins, whether or not they may be specific or non-specific antibodies or both.
4) The agammaglobulinemic human being, in analogy to the calf, is highly endangered by this condition and likely to suffer from several bacterial infections a year (*Barandun et al.*, 1959).
5) As in human medicine, prophylactical substitution of gammaglobulin in the form of colostrum serum protects a newborn calf against an otherwise lethal artificial coli infection (*Fey et al.*, 1963; *Smith and Halls*, 1968).
6) Last but not least, more than 90 % of calves which in the author's experience succumbed to coli septicemia had very low levels of gammaglobulin in their serum, but a much lower percentage of newborn calves that were hypogammaglobulinemic after colostrum feeding acquired this infection.

6.4.1. *The mechanism of the persistent agammaglobulinemia*

Persistent agammaglobulinemia despite colostrum feeding in relatively many newborn calves is still not fully understood. Under no circumstances can the agammaglobulinemia be the consequence of the *E.coli* infection (resulting from consumption of gammaglobulin), since cases of hypogammaglobulinemic calves without infection have been frequently observed (*Fey,* 1971a).

Fey and Margadant (1962) assumed that a mechanism comparable to that of the normal closure at 24–36 hrs. already blocks the absorption of colostrum protein at birth, without however being able to prove it.

Gay, Fisher and McEwan (1965b) observed seasonal variations in gammaglobulin levels of market calves in Scotland which coincided with seasonal differences in calf mortalities; in February when the death rate was high, the average gammaglobulin level was lowest, in September highest.

Smith (1967) could not confirm this observation in England. *Gay* (1971) reported that agammaglobulinemia is no problem at all in Southern Australia and that colisepticemia is a relatively rare disease.

In discussing the paper of *Fey* (1971) *E.W. Fisher and Reisinger* (1971) opposed the former's statement that the cessation of protein absorption by the newborn calf occurs at 24–36 hrs., a fact which cannot be denied, and *Fisher* (1971) expressed the opinion that after ten hours very little absorption takes place. Colostrum therefore should be given as early as possible after birth.

The fact that gammaglobulin can be absorbed until 24–36 hrs. post partum did not cause *Fey* (1971) to recommend such late feeding. On the contrary, there is full agreement by everyone that it should begin as early as possible, *Reisinger* (1971) said it should be within an hour.

Fisher (1971) stated that the higher the immune globulin concentration, the lower the mortality rate and he thought that the main factor determining calf mortality is whether or not the calf is fed colostrum in the first six hours or less and whether it is absorbed from this time onward.

This is a quantitative approach to the problem that is entirely shared by *Kruse* (1969). He stated that the increase in serum Ig concentration during the first 24 hrs. after birth was a function of the mass of Ig fed to the calf, the age at the time of colostrum feeding, and the birth weight of the calf, the first two being the predominant factors. Highly significant differences between breeds were found in the yield of colostrum at first milking and in the concentration of Ig in the colostrum. There were also marked variations between individuals in the same respect, but no seasonal effect was found. Thus *Kruse* believed that a calf remains hypogammaglobulinemic after birth because a sufficient amount of immune globulin has not been provided in time by its dam. He recommends feeding with at least 2 kg. of colostrum from the first milking, before the calf reaches the age of 5 hrs. and thereafter 2 times a day for 4 days. But *Kruse* (1967, pers. comm.) mentioned two calves which did not absorb gammaglobulin although the colostrum fed to them was apparently normal.

Contrary to *Kruse's* (1966) findings, *Jones* (1967) did not observe a relationship between the turbidity values of the zinc sulfate test for gammaglobulin in the dam's serum and those of the calf serum; a similar result was recorded by *Klaus et al.* (1969) who found a complete lack of correlation between calf serum and colostral immunoglobulin; from this, they concluded that the hypogammaglobulinemia observed in three calves was not associated with low colostral immunglobulin levels.

Smith et al. (1967) made exactly the same finding: in no case was a low level of immune globulin (zinc sulfate test) in a calf associated with a low level in the serum or colostrum of its dam. They consider it probable that the immune globulin levels in calves kept under ordinary conditions were determined, to a considerable extent, by the ability of the calf's intestine to absorb globulin from the colostrum. The gestation period, the number of pregnancies and the breed of the cow did not seem to affect the immune globulin content of the serum of its calf.

Fey and Margadant (1962b) reported a case of artificial infection of twin calves with *E.coli* 78:80B. Both calves were infected 25 min. after birth. Both were given the same amount of the same colostrum from their dam; calf 16 at 25 hrs. and calf 17 at 20 hrs. after birth. Calf 16 died of colisepticemia 4 1/2 days after birth and was found to be normogammaglobulinemic; calf 17, fed 5 hrs. earlier than calf 16, died of septicemia 28 hrs. after birth and was hypogammaglobulinemic. In this experiment the poor absorption of gammaglobulin by calf 17 was certainly not caused by low intake of colostrum.

With regard to the time of feeding *Fey and Margadant* (1962a) did not see a clear association between early feeding and high gammaglobulin titers in the calf sera or *vice versa* as demonstrated in table VIII.

TABLE VIII

Ouchterlony precipitin titers for gammaglobulin in calves which were hand-fed colostrum at different times after birth (After *Fey and Margadant* (1962a)

Time of feeding (hrs.)	Number of calf sera positive at the designated precipitin titers							
	1/1	2.5	5	10	20	40	80	160 and higher*
1	1							2
3		2		1	1			3
4				1		1		5
5–6				2	2		2	4
7–8					2	1	2	9
9–10		1		2			2	6
11–13	1			1				5
14–17			2	1	1			4
21–26		1			1			6

* A precipitin titer of 160 was arbitrarily considered as indicative of a normogammaglobulinemic state.

From the table VIII a random distribution seems obvious; also that high gammaglobulin levels were obtained after late feeding and low titers after early feeding. *Fey et al.* (1963) demonstrated that the intraveneous injection of 100 ml. of a colostrum serum-pool containing 10.9 % of total protein and 8.9 % of gammaglobulin in newborn calves made them almost normogammaglobulinemic and protected them against colisepticemia from nasally given *E.coli* 78:80B. Moreover, if one considers the findings of *Ingram et al.,* (1953) and of *Aschaffenburg et al.* (1949b,c) according to whom fourteen grams of immunoglobulin were sufficient to protect a calf from coli infection and as little as 200–400 ml. of colostrum whey would make positive the zinc sulfate turbidity test for gammaglobulin in calf serum, it is difficult to believe that a newborn calf fed one to two liters of colostrum within the first day of life (part of it soon after birth) would not receive a sufficient amount of immune globulin to become normogammaglobulinemic, provided it is able to absorb it from the gut. The question of why a newborn calf remains agammaglobulinemic in spite of early colostrum feeding is still far from being answered and will probably remain so until the physiological closure of the intestine to protein absorption is understood.

Nevertheless, it is strongly recommended that newborn calves be given their dam's colostrum within a few hours after birth in order to minimize the hazard of longer time interval between possible coli infection and the passive protection afforded by the colostrum.

6.5. *Bactericidal activity of calf sera against E.coli*

McEwen (1950), tested the bactericidal property of the blood of calves against *E.coli* and did not find any difference in this activity with plasma or blood from a four weeks old healthy calf and young calves before and after colostrum feeding. He therefore concluded that the resistance of colostrum-fed calves against coli infection (which he was unable to produce) was not associated with passively or actively acquired anti-bacterial immunity. He considered the insusceptibility to *E.coli* infection to be more comparable to species insusceptibility and that calves born without this species immunity acquire it from the ingestion of colostrum. A similar study was carried out by *Glantz et al.* (1959) who examined the sera of 129 dams all of which showed bactericidal activity for six of seven *E.coli* strains. Nineteen samples of colostral whey were negative. Sera from calves which received colostrum varied in their degree of activity and no relationship between the bactericidal activity of calf or dam serum and the resistance of the calf could be established.

This matter was re-examined by *Smith* (1962) who tested the behavior of 80 strains of *E.coli* in 68 samples of calf serum. At least two serum factors were found, one heat-stable and the other heat-labile (60° C for 1 hr; the latter probably being a complement properdin system.

Smith (1962) claimed that the post-colostral serum contained both factors and that the heat-stable factor was acquired by the calf as a result of consuming colostrum. Absorption with a susceptible coli strain removed the bactericidal activity of a serum.

It was recognized that all coli strains isolated from the blood of colostrum-deprived septicemic calves resisted the bactericidal action of a precolostral serum whereas 2 of 28 intestinal coli strains from healthy colostrum-fed calves were inhibited by the post colostral serum of the calves from which they were isolated.

The presence of bactericidal antibody was considered an important observation in view of the finding that the serum of resistant colostrum-fed calves was usually bactericidal for the coli strain predominant in the small intestine. Two coli strains, however, which caused septicemia in colostrum-deprived calves were not inhibited by post colostral serum, which, despite this resistance, did not produce bacteriemia in colostrum-fed calves. From this result *Smith* (1962) deduced that colostrum confers a wider form of protection to the newborn calf than can be measured by the serum bactericidal test.

Smith and Halls (1968a) extended these tests to colostrum-deprived and colostrum-fed calves that were artificially infected with coli strains 78:80B, 101:K? and 20:K? . A close correlation was found between positive bactericidal tests and resistance of the calf to bacteriemia. However, intravenous inoculation tests revealed that strain 78:80B disappeared very rapidly from the blood of colostrum-fed calves, very fewsbeing found after 30 min., and the bacteria decreased far more rapidly *in vivo* than *in vitro*. Shortly after intravenous inoculation of the colostrum-fed calves bacteria were found in large numbers only in those organs rich in reticulo-endothelial cells, such as the liver, spleen and lungs. This is good evidence that the reticulo-endothelial system has an important rôle in the protection of the newborn calf.

Because the bacteria were cleared too rapidly from the blood *in vivo* for the removal to be due wholly or mainly to the bactericidal action of the blood, *Smith and Halls* (1968a) considered that colostral antibody provided the principal defense mechanism. This antibody sensitized invading *E.coli* to phagocytosis by cells of the reticulo-endothelial system.

It has been mentioned above that *Gay* (1971) presented evidence for the existence of a nonserotype-specific or heterogenetic incomplete antibody which was passively acquired from colostrum or actively produced shortly after birth as a result of antigenic stimulation by the intestinal coli flora. Such an antibody would be universal in all cattle.

When *Gay* applied the bactericidal test of *Smith and Halls* to his sera, he found that the presence of bactericidal antibody virtually paralleled the presence of incomplete antibody.

6.6. *Active immunization of the calf*

It has been a widely held view until recently that the newborn animal does not respond effectively to an antigenic stimulus by producing antibody and that even immune tolerance has to be taken into consideration.

Fey and Richle (1961) were unable to successfully immunize two colostrum-fed calves with formalin-killed, pneumococcus vaccine nor five calves with an aluminium hydroxyde vaccine produced with pneumococi type 7 and 31, respectively. The calves were injected immediately after birth and given a second dose nine to ten days later; neither agglutinins, capsule-swelling antibodies nor precipitins were detected on the 20th day and there was no protection against 10 mouse-LD_{50} of the homologous strain.

On the other hand *Pierce* (1961/62) found electrophoretic evidence for the synthesis of γ-globulin by three colostrum-deprived calves at the end of the first week of life. This γ-globulin had the biophysical properties of adult γ-globulin. But *Pierce* (1961/62) did not succeed in producing antibodies in newborn calves against *Brucella abortus* and *S.dublin;* nor was tolerance induced, and these animals responded anamnestically to a further dose of antigen at four months of age. *Pierce* (1961/62) quoted *Brown* (1958) who successfully immunized newly born calves with rinderpest vaccine, but a high titer of passively acquired maternal antibody prevented the active production of antibody following the injection of rinderpest antigen in the calves.

The same observation was made by *Graves* (1963) who found that a passively immune calf did not respond to vaccination against foot and mouth disease although the serum antibody reached low levels.

Since the gut of the newborn calf absorbs all macromolecules non-selectively, *Pierce* (1961/62) fed diphtheria antitoxin from horses together with maternal colostrum to a newborn calf which developed anti horse antibodies at the age of 23 days. An anamnestic injection on the seventy-fourth day raised the antibody titer to a high level. *Colinet, Kaeckenbeeck and Schoenaers* (1961) infected 28 newborn calves with *E.coli* strain O 137 and endotoxin and fed them colostrum of variable antibody content at the same time. From the shape of the antibody curve which first descended then ascended from the sixteenth to the thirty-second day, then fell again, they concluded that the active production of antibody began before the fifteenth day of life. *Ingram et al.* (1970a,b) controlled the serum antibody titer of newborn calves against the O- and K-antigens of *E.coli* 115:K, 26:K60, 101:K and 78:80B up to five weeks of age. These calves were neither vaccinated nor artificially infected with these coli strains. As early as two weeks of age sixteen of 47 calves had evidence of anti O antibody production against strain 101:K but not against the others. Both colostrum-fed and colostrum-deprived calves produced antibody, but the colostrum-deprived calves were significantly more active in doing so.
None of 27 other calves which were colostrum-deprived produced anti K antibodies but 16 of 39 colostrum-fed calves did. Both the O- and K-antibodies detected in this study by the passive hemagglutination and antiglobulin hemagglutination tests were sensitive to 2-mercaptoethanol which is an indicator of macroglobulins. When colostrum-deprived calves are reared in isolation they become resistant to coli septicemia at the age of approximately 7–14 days. *Gay* (1971) therefore examined the sera of such calves for the universal nonspecific incomplete antibody mentioned above and detected it in low titer as early as 10 days and usually by 14 days of age. It was therefore assumed that the newborn calf begins antibody production within a few days after birth. In an attempt to prove intra-uterine antibody production, *Gay* (1971) laparotomized five cows and intramuscularly injected an oil-adjuvant vaccine made of a single *E.coli* serotype in four calves and an antigen without adjuvant in the amniotic fluid of a fifth calf.
Following birth, four colostrum-deprived control calves were challenged with the serotypes of *E.coli* used in the vaccination; all calves

died of septicemia. The five calves vaccinated *in utero* were challenged with a serotype against which they had not been immunized and survived.

Thus, the exposure of these calves *in utero* against a single coli type resulted in the production of considerable nonserotype-specific antibody. *Gay* (1971) therefore proposed field trials in which antigen would be injected in the amniotic fluid through the flank of the pregnant cow, in attempts to immunize the fetus.

Brambell (1970) quoted a number of authors who immunized fetal lambs with *Brucella, Brucella ovis,* skin homografts, bacteriophage, and horse ferritin. Bovine fetuses were shown to be capable of immunological response to *Leptospira saxkoebing* by *Fennestand and Borg-Petersen* (according to *Brambell* 1970).

Thus *Brambell* (1970) stated that "the young ruminant at birth has already a considerable measure of immunological competence and can react by the production of antibody to stimulation by a variety of antigens, provided that it does not receive passive immunity to these. The very small amount of immune globulin present in the serum before receiving colostral globulin may be due to lack of antigenic stimuli in utero rather than to incapacity to respond to these."

It must be cleared up, however, that in practice an active immunization of the newborn calf against coli septicemia is not possible because of lack of time. The infected and unprotected calf will, on average, die on the third or fourth day and that is before there has been time to produce enough autogeneous antibody. Hence the intra-uterine immunization of the fetus is not suitable for mass application. The only way to protect newborn calves against colibacillosis is by their acquiring passive colostral immunity.

6.7. *Vaccination of the dam*

It is common practice in veterinary medicine to use a herd specific coli strain or a commercial vaccine which claims to be "polyvalent" to vaccinate pregnant cows in herds with colibacillosis problems. In evaluating such procedures, the following points should be taken into consideration: 1) it should be proved that the vaccinated dam produces antibody that appears in the colostrum (in the writer's experience this is frequently not the case); 2) the antibody produced should be of the K type which is only obtainable in titers lower than the O-antibody. The K-antibody is responsible for the opsonization of the K-antigen on the surface of the bacterial cell, which antigen is present in presumably all pathogenic strains of *E. coli;* 3) the newborn calf must be able to absorb the colostrum immune globulins efficiently. This does not occur in a considerable proportion of the calves, as shown in the chapter on agammaglobulinemia; 4) if it is accepted that a specific K-antibody acts as a protective factor vaccination should be carried out with the strain(s) responsible for the coli problem in the respective herd. Until further evidence is available for the predominance of the colostral universally active nonserotype-specific antibody described by *Gay* (1971), it seems reasonable to assume that the K-antibody has specific protective value. It has been observed that colostrum-fed calves which have absorbed immune globulin are resistant to experimental colisepticemia, regardless of the presence or absence of specific agglutinating antibody, but there is also no doubt that serotype-specific antibody will protect colostrum-deprived calves from experimental colisepticemia of the relevant type of *E. coli (Dam,* 1963; *Gay* 1971). The writer, therefore, takes an intermediate position and believes in nonspecific protection by colostrum immune globulin improved by specific K-antibody, if present.

Viewing this concept, and provided the four conditions mentioned above are fulfilled, vaccination of the dam is still to be recommended as one of several measures in combating the disease.

This widely used procedure was tested in a field trial by *Gay, McKay and Barnum,* 1964a,b), who compared formalin-killed bacterin, formalin-killed alum precipitated vaccine, formalin-killed oil adjuvant vaccine and a heat killed antigen preparation. Oil adjuvant preparations with *Freund's* incomplete adjuvants induced the highest titer of antibody response to O- and K-antigens which was at its peak at approximately three weeks post-injection. Three ml. of this adjuvant vaccine were given intramuscularly three weeks before the estimated calving date. Of the calves from control dams, 74 % possessed O-antibody and 17 % possessed K-antibody while 91.6 % of calves from vaccinated dams had O-antibody and 77.1 % possessed K-antibody in their sera. Six of 11 "low-titer" calves, which were examined immuno-electrophoretically were markedly hypogammaglobulinemic.

The oil adjuvant vaccine was clinically evaluated on eight herds where colibacillosis was a serious problem. In four of these herds, the incidence of scouring and death of treated calves dropped markedly following vaccination; it also fell in the non-vaccinated control group which again proves the necessity of being extremely reserved in the evaluation of immunological measures. However, deaths which occurred among control calves and those whose dams were vaccinated were associated with *E.coli* strains antigenically distinct from those used as the vaccine strain.

Schoenaers, Kaeckenbeeck and El-Nageh (1967) immunized 2072 cows in the seventh month of pregnancy on 172 farms with a bacterin containing *E.coli* strains O 78, O 55, O 86, O 15 and O 137 in Freund's incomplete adjuvant. The vaccination procedure was harmless.

During the year preceding the vaccination campaign 2406 calves were born, 589 of which (i.e. 24.5 %) died of colisepticemia. After a single vaccination the mortality rate from colibacillosis decreased from 24.5 % to 1.46 % during the next season; although 13.53 % of the calves suffered from benign colibacillosis and recovered. There was a further improvement after vaccination and the mortality fell to 0.19 %, 7.52 % of these calves had mild forms of colibacillosis which were treated successfully. Unfortunately, there were no untreated control calves.

Dam (1968) injected 12 cows subcutaneously with a formalin-killed vaccine in *Freund's* incomplete adjuvant prepared from *E.coli* strains O 15, O 78 and O 115; quite high titers of the colostrum whey were found in the first and second milking; but the antibody content declined rapidly, and by the fourth milking only an insignificant amount remained. Unfortunately, *Dam* (1968) did not differentiate between O- and K-antibody; the titers he indicated presumably are O titers. As outlined earlier, the K-antibody is far more important than the O-antibody for the protection. These colostral antisera were not used clinically, but in 1963 *Dam* showed that monovalent high titered rabbit and horse antisera protected calves against experimental infection with *E.coli* 78:80B and O 115.

7. Epidemiology of colibacillosis

After adequate identification of *E.coli* by serological means became feasible it was possible to undertake epidemiological investigations of outbreaks of colibacillosis and to trace the infections.
During the calving seasons of 1950–1953 an epidemiological study was carried out in an enclosed community where calves (some of which were deprived of colostrum) were brought in from surrounding farms and kept in pens (*Lovell,* 1955; *Ingram et al.* 1953a; *Wood,* 1955; *Briggs,* 1951).
A hundred and fifty-three calves died during this experiment in which the *E.coli* strains were isolated and serologically verified. It became clear that there was a constant change in the bacterial flora; one strain was dominant for a time and then replaced by another. This shift was explained by the constant immigration of fresh susceptible calves. During the season, mortality increased and it was assumed that the virulence of the bacteria increased during passage from calf to calf. *Lovell* (1955) considered it to be hazardous for a calf to be brought into a new environment shortly after birth.
Whereas the passage of coli strains from calf to calf in a closed community has been demonstrated, the conditions in field herds were shown to be different. Strains from random cases of white scours were serologically unrelated (*Briggs,* 1951).
It seemed that a "build-up of infection" took place when special serological types of *E.coli* were introduced to the calf-house and by their apparent higher virulence were naturally selected, thus becoming predominant. Strain RVC 330 = 78:80B was such a strain and it was frequently isolated from fatal cases (*Wood,* 1955).
This strain also caused a natural outbreak on a farm where six calves died from infection with this serotype over a period of four months (*Lovell,* 1955).
Maintenance of particular serotypes during outbreaks of colibacillosis and evidence of their transmission from one calf to another was observed by *Rees* (1958).
Fey (1957b) tried to find the source of infection by *E.coli* 78:80B on 18 farms where a case of septicemia had been diagnosed by examination of fecal swabs of all animals on the farm. These investigations were carried out after a delay of from several days to two

weeks after the presumed infection day (infection most probably taking place during or immediately after birth). Two thousand-two-hundred and forty colonies of *E.coli* isolated from 240 cows and 5 calves from 18 farms were examined for O group 78:80B; in only two cows from the same farm was this sero- and biotype recovered. *Fey and Margadant* made a similar surveillance in 1961 (b), but this time it was carried out on the day when "coli septicemia" was diagnosed which, in most of the cases, was 4–6 days after the birth of the calves that died. On 4 of 16 farms, the septicemic coli type was not detected in the animals' feces or on tools used in the stable. The etiological agent was found in 12 farms in the feces of calves or cows, or both, or in the noses of calves or on the handgrip of tools, the walls of the calf pen, on buckets, on the hands or in the feces of the farmworker and in the feces of a farmer's wife. Twenty calves on the 12 farms harbored the septicemic coli type in their feces or noses, but only 5 cows on 3 farms were positive. When the examination of the positive animals was repeated, some of them were found to be negative after a few days which explains the relatively low percentage of positive findings in the first environmental examination. These results caused *Fey and Margadant* (1961b) to postulate that coli strains 78:80B (and probably others) are transient strains.
Sears, Brownlee and Uchiyama (1950, 1952) demonstrated that certain O groups of *E.coli* remain in the intestines of man for a considerable length of time and are not influenced by ecological alterations; these are called "resident strains". On the other hand the so-called "resident strains" colonize the intestine for only a short while and are constantly replaced by freshly introduced coli strains. It has already been shown in chapter 5.1.2. that the septicemic coli strain was always present in large numbers in the urine ($10^6 - 10^{10}$ bacteria/ml.) but was not necessarily shed with the feces, and that the nasopharynx was also massively infected. This situation leads to rapid and thorough contamination of the calf's surroundings and tools, farmworkers' hands, etc. This condition is also well known in the epidemiology of infantile coli-enteritis (*Fey,* 1955a); however airborne infection must also be taken into consideration, in viewing of experimental indications that infection with *E.coli* 78:80B can enter the body by the nasopharynx (*Fey et al.,* 1962).
It was demonstrated by *Smith* (1960) in a self-contained herd by

using bacteriophage-typing of the coli strains isolated that many of the types present in the feces of the scouring calves also occurred in the feces of the cows. Furthermore calf pens appeared a more likely source of *E.coli* infection for the calf than its mother. It was also recognized that some types of fecal coli bacteria dominated for approximately a week and were then replaced in dominance by other types.

It seems that build-up of infection can be halted by leaving the calf house empty for a certain period of time (*Ingram et al.* 1953a, 1953b).

Dam (1960) had the opportunity to type strains from cases of colisepticemia in a number of herds (i.e. on 35 farms of 81 O grouped cases). In 14 of 17 cases in which 2 calves died of colisepticemia more or less simultaneously, the same O group was isolated from both calves (78:80B in 9 cases). In another 8 terminal cases, the calves were examined at intervals not exceeding 50 days; in 7 of these cases the same O group existed in both calves. When calves from a given farm were submitted to bacteriological examination at intervals longer than 50 days, different O groups were found in 11 of 21 cases, but in the remaining 10 cases, strain 78:80B was found in both calves.

These findings are valid for septicemic outbreaks but in cases of enteric colibacillosis for which the primary pathogenic role of *E.coli* is even doubted by *Smith* (1960a, 1962), the epidemiology remains obscure. It is very difficult to trace an "infection" which is perhaps not an infection at all, but really a "complexity of etiologies". If so, it would perhaps be preferable to carry out an epidemiological survey taking into account ecological disturbances. The main difficulty lies in the impossibility of a given coli strain, isolated from the intestine of a scouring calf being positively identified as the pathogenic agent whereas this can no doubt be done in cases of septicemia.

8. Diagnosis of colibacillosis

Colisepticemia and the enterotoxic form of colibacillosis can be diagnosed with accuracy whereas it is difficult to prove the etiologic rôle of the colibacteria in the enteric form. It was stated earlier that

Smith (1962) had doubts about the pathogenic significance of *E.coli* in scours.
In cases of the septicemic form, the first calf usually dies at the age of a few days before a clinical examination can be carried out by the veterinarian.
Farmers should be encouraged to report the death of the first calf so that a bacteriological examination can be carried out immediately.
It is evident from the description given in the chapter on pathology that the lesions are not very characteristic, but cultures from the organs and the blood usually reveal massive growth of a single serotype of *E.coli.* Whenever possible, typing of the coli strain should be made. The great majority of laboratories do not have a large set of diagnostic sera at their disposal, but in most countries a relatively small number of coli OK groups are responsible for the majority of the outbreaks and these at least should be typed. After a case on a farm is bacteriologically identified as colisepticemia, the following cases are of being clinically more readily suspected symptomatic coli infection (see chapter on clinical signs).
It must be emphasized that diarrhea is by no means always present, most of the calves simply weaken and are unable to stand and to drink. When the eyes acquire a sunken appearance a pessimistic prognosis should be given; sudden collapse may occur shortly before death.
The clinical symptoms are also not very precise in the enteric form of colibacillosis (white scours), but the predominant features are a profuse diarrhea with continually increasing and eventually very rapid dehydration. A case history including epidemic accumulation of similar cases on large farms and perhaps late feeding of colostrum or bad suckling by the calf may support the diagnosis.
Bacteriological examinations of the feces or the intestine at autopsy must be interpreted with considerable caution. The extreme difficulty of identifying the responsible coli strains within the normal intestinal coli flora of a given outbreak has already been discussed. The ligated gut loop test for enteropathogenicity is very valuable for research on pathogenesis but it is not a tool for routine diagnostic work. Unlike human infantile enteritis, edema disease and enteric colibacillosis which are caused by a number of well defined serotypes of *E.coli,* no particular serotypes have been found to be

responsible for and wide-spread in calf scours whereas certain O and OK groups cause colisepticemia in many countries. According to *Radostits* (1965) diarrhea associated with pathogenic serotypes should be distinguished from other diarrheal disease of the young calf. The technique of immunofluorescence has been used successfully for the rapid identification of infantile enteritis, where negative findings were reliable but positive results had to be verified by cultural methods; immunofluorescence proved to be more sensitive than the cultural procedure (*Cherry et al.,* 1961; *Cherry and Thomason,* 1969). But the immunofluorescent technique yielded disappointing results in the detection of salmonellae in feces because of too many cross reactions. It seems that the coli strains carrying B antigens and causing infantile enteritis are particularly suited for diagnosis by the immunofluorescent method. However, *Davis and Ewing* (1963) presented a considerable list of antigenic relations for them and stated that the fluorescent antibody techniques (FA) are not a substitute for isolation and definitive serologic and biochemical study of the micro-organismus, but once the etiologic agent of an outbreak has been established through complete identification by conventional methods, the FA technique becomes a valuable tool for the rapid examination of fecal samples.

The method has been used by *El-Nageh, Kaeckenbeeck and Schoenaers* (1967) for detection of the septicemic coli group O 137, and the results achieved were comparable to the cultural method.

However, according to *Fey and Margadant* (1961a) it must be remembered that septicemic coli types which may be present in the upper intestine and wide-spread in all the organs, may not necessarily be shed with the feces.

9. Treatment of colibacillosis

Treatment of the septicemic form of the disease has not been very promising owing to the rapid onset and bacteriemic spread of the infection; however a forceful treatment at an early stage may be successful. The prognosis is more favourable in cases of pure enteric form in which there is no bacteriemic spread of the organism.

It was the experience of *Dalton, Fisher and McIntyre* (1960) that a number of antibiotics significantly reduced the incidence of diarrhea and death of young calves, but not in all circumstances. Chlortetracycline and oxytetracycline were in frequent use and given by mouth; streptomycin and oxytetracycline failed to reduce the incidence of diarrhea when given parenterally because they are not excreted to the lumen of the intestine. *Gay et al.* (1965a) did not find antibiotic treatment to be of value in preventing losses from calves with colisepticemia and evidence of either a febrile reaction or profuse diarrhea.

It is obvious that successful treatment of diarrhea with chemotherapeutics would offer some evidence for the view that bacteria are involved as causative organisms. Since it is assumed that white scours is partly caused or complicated by *E.coli* and sometimes appears as a non-infectious intestinal disturbance, it may well be that some authors have used chemotherapy successfully, and others without beneficial effect. Sulfonamides have been the remedy of choice for many years, but many of them are poorly absorbed from the intestine (*Barnum et al.*, 1967) and because of the tendency of colibacillosis to become bacteriemic, a systemic chemotherapeutic agent is preferred. The nitrofurans proved to be very useful and were widely used.

In 1964, *Archibald and McKay* (cited by *Barnum et al.*, 1967) introduced an experimental sulfonamide, sulfachloropyridazine to clinical use. It turned out to be very useful because an inhibitory drug level could be obtained in the blood as well as in the digestive tract. Unfortunately the development of bacterial resistance to chemotherapeutics has developed in an alarming manner. It is therefore impossible to recommend any therapeutic because the sensitivity pattern of the coli strains may vary considerably according to region and it is indispensable to carry out *in vitro* resistance tests with the organism isolated from a given outbreak before the remedy is chosen and widely used.

In addition to use of antibiotics and synthetic chemotherapeutic agents it is necessary to apply a general treatment to affected calves with special emphasis to combat dehydration. *Radostits* (1965) gave a very useful summary of the recommended clinical management of neonatal diarrhea of calves (table IX).

TABLE IX

Clinical management of neonatal diarrhea in calves
(*Radostits*, 1965)

Parenteral therapy	Oral therapy
1. Replace fluid loss and correct electrolyte disturbances	1. Replace fluid loss and correct electrolyte disturbances
2. Synthetic chemotherapeutic agents	2. Synthetic chemotherapeutic agents
3. Antibiotics	3. Antibiotics
4. Ancillary: antihistamines corticosteroids vitamins	4. Adstringents and adsorbents, kaolin
	5. Alter diet: complete starvation dilute milk

Radostits (1965) recommended chloraphenicol or oxytetracycline, intraveneously or intramuscularly, to prevent septicemia.

In view of the recent difficulties caused by the world-wide distribution of multiply resistant organisms pathogenic for man and animals, veterinarians have been invited by epidemiologists to reserve chloramphenicol preferably for the treatment of human infections (e.g. typhoid fever). At any rate, these powerful substances should not be wasted on unimportant cases.

The administration of fluids is an essential part of treatment. *Radostits* (1965) and *Barnum et al.* (1967) preferred balanced electrolyte solutions with an energy source (acetate or lactate). Such solutions are more effective than saline in elevating and maintaining the blood pH. Any calf which has had diarrhea for at least a day should be given fluids, the amount of which is determined by the dryness of the skin and the depth to which the eyes are sunken (in severe cases 5000 ml. of fluid are given intraveneously over a 3–6 hrs.' period).

Oral treatment includes the use of chemotherapeutics, adsorbents and stringents, replacement of fluid loss and, most important, temporary elimination of milk from the diet. More details are given by *Radostits* (1965) and *Barnum et al.* (1967).

10. Prevention of colibacillosis

If this disease is regarded as an infection with *E. coli,* favored by a complexity of conditioning factors, every influence that reduces the resistance of the calf will affect the host-parasite relationship in favor of the infecting organism. Factors such as adverse housing conditions and nutritional deficiencies are sufficient to disturb the delicate balance between the newborn calf and the *E. coli* in its alimentary tract or will facilitate bacteriemic invasion and lead to septicemia (*Ingram and Lovell,* 1960). The host-parasite relationship is therefore undergoing a constant change and many factors are involved, the relative importance of which are difficult to assess. In any event it is hazardous for a calf to be brought into a new environment shortly after birth and it is also dangerous for it to be deprived of colostrum (*Ingram et al.,* 1953).

10.1. *Husbandry and management*

Loosmore (1964) published a list of very useful measures which should be served in order to minimize the risk of severe losses:

"1. Always ensure that calves obtain sufficient colostrum.
2. Feed the calf well, regularly, and with a knowledge of requirements.
3. Regular cleansing and disinfection, or resting of quarters used by newborn calves, is necessary.
4. Move calves from farm to farm as quickly as possible, with as great a degree of comfort as possible and without entering intermediate premises or markets if possible.
5. Isolate mixed groups of calves either singly or in whole groups on arrival at a farm.

6. Remove sick calves from the group. They may be replaced on recovery but should not be replaced by other calves.
7. Preventive treatment of bought-in groups may be desirable and is not harmful.
8. Housing of rearing units should be of superior standard.
9. Housing should be constructed in full knowledge of such standards as exist.
10. Purchase of calves should be from as few sources as possible, and liaison maintained with those sources over matters of feeding, management and disease.
11. Cleaning and disinfection of reception buildings should be carried out between batches.
12. All disease should be treated at the earliest opportunity, not only for the sake of the sick individual, but for the sake of its companions."

Reisinger (1965) and *Barnum, Glantz and Moon* (1967) also gave detailed prescriptions for preventive measures:

1. Colostrum should be given as early as possible. The statement of *Fey et al.* (1963) that colostrum is absorbed by the calf during the first 24 hours after birth has been misinterpreted by *Reisinger* (1971) as a recommendation for "prompt feeding within 24 hrs. after birth". This is not correct as *Fey and Margadant* (1962b) expressed their opinion that "the newborn calf should be fed as early as possible after birth (2 hours) independently of the removal of the placenta". Thus, they agree entirely with *Reisinger's* demand of very early feeding (he proposed 15 minutes after birth). But it is quite evident that much educational work has to be done by veterinarians in order to propagate this concept in farm practice. At that early stage most of the newborn calves will need assistance in nursing.
2. Milk intake should be controlled and not exceed 10 % of the calf's body weight per day. 3. Sudden changes in the milk temperature and diet should be avoided. 4. Overfeeding is very dangerous. 5. Feeding of antibiotics is no adequate substitute for good hygiene and feeding of colostrum (*Reisinger,* 1965). The negative aspects of feeding antibiotics as a preventive means have already been discussed in chapter 2.5. *Reisinger* (1965) excluded the tetracycline group from prevention and treatment of diarrhea of newborn calves be-

cause they are so widely used clinically and as feed additives that many strains of *E.coli* are now resistant. Chloramphenicol and the nitrofurans are effective but the former is so important in human therapy that it should be used with great reserve.

For housing in general closed herds are recommended (*Barnum et al.,* 1967). Animals added from outside introduce new coli strains to the environment and should be considered a threat to the herd.

The animals should be separated in small units and sick diarrhea calves removed immediately and treated individually. Cleaning and disinfection of the pens and tools should be done routinely and after a unit has been emptied it should not be used for two to three weeks after disinfection. The immune globulin levels of the serum of young calves were examined under different systems of husbandry by *Smith, O'Neil and Simmons* (1967) Home-bred calves and market calves did not differ in this respect, lower immune globulin contents being found more commonly in calves that were fed by bucket than in calves which suckled their dams. The gestation period of the cow, the number of pregnancies and the breed of the cow did not influence the gammaglobulin level of the calf's serum.

This was confirmed by *McBeath, Penhale and Logan* (1971) who found considerably higher levels of immune globulin in suckling calves than in home-bred dairy calves and market calves which had been removed from their dams at birth and subsequently fed colostrum by bucket.

10.2. *Prevention of colibacillosis by active and passive immunization*

It seems that the replacement of formalin-killed bacterins by a formalinized vaccine with *Freund's* incomplete adjuvant, as proposed by *Gay et al.* (1964a,b) is of considerable advantage; the latter has been used on pregnant cows to good effect by the author. An edema of 15 to 20 cm. diameter is formed at the site of injection and a nodule of induration may be formed (*Schoenaers et al.* 1967). A few animals may develop abscesses but these side effects can easily be tolerated (*Fey,* unpublished observations). A relatively high titer of O- and K-antibodies is formed, but the method is limited by the fact that not all of the calves fed their dam's immune colostrum absorb the immune globulin. If the protective value of colostrum from a vaccinated dam is accepted there is still another limitation, namely the tendency of the coli flora of a herd to change its antigenic composition. The non-specific protective activity of any colostrum would nevertheless be present, but obviously this would not be the consequence of the vaccination.

As long as many of these questions remain unanswered there is no reason for omitting the vaccination of the dam as a still useful measure.

In evaluating the protective value of passively administered colostral whey or mono- and polyvalent antisera, it must be taken into account that the antibody should be of the K type, that the half life of colostral antibody is 14–50 days (see chapter 6.3.1.) and that the antibody prevents the bacteremic spread of virulent coli strains. However, its value in the prevention of the enteric form of the disease is not established.

10.2.1. *Prevention of colibacillosis by administration of gammaglobulin*

This special form of passive immunization of the newborn calf demands consideration of the fact that relatively many calves remain hypogammaglobulinemic despite colostrum intake. *Fey and Hunyady* (1962) and *Fey et al.* (1963) proposed the prophylactic use of colostrum whey in herds with a history of colibacillosis.

From twenty cows, they prepared a pool of colostral whey which contained 10.86 % of total protein and 8.86 % of gammaglobulin, respectively. Indirect hemagglutination antibody titers of 1/320 were found against *E.coli* 78:80B, 15:K, 117:K, 86:K and 115:K.

It was demonstrated that 50–100 ml of this pooled serum, injected intravenously, rendered newborn calves scarcely normogammaglobulinemic. In protection experiments with this gammaglobulin preparation, fourteen colostrum-deprived calves were injected intravenously with 50 to 100 ml. and subsequently challenged by the nasal route with a strain of *E.coli* 78:80B which proved to be lethal for ten colostrum-deprived calves. Ten calves survived and four died of diarrhea but without septicemia. All of the surviving calves showed a transitory diarrhea.

Following these experiments with an artificial challenge, gammaglobulin preparations became commercially available and were used in practice with apparently good results (*Siebel,* 1966; *Witzke,* 1965).

It must be emphasized, however, that evaluations of preventive measures of any kind are very difficult and require critical examination. The writer is convinced that many cases of reported "successful" immunization are deemed so because of absence of virulent strains at the critical time of exposure. It is therefore obvious that the value of any preventive method can only be estimated on large farms where it is possible to establish reasonably large untreated control groups (*Fey,* 1964).

Walser and Brummer (1967) compared a bovine gammaglobulin preparation made from "normal" serum with a bovine immune gammaglobulin produced from cattle immunized with coli strains O 8, O 9, O 35 and O 78. Calves were infected nasally with strain 78:80B immediately after birth and simultaneously injected with the respective gammaglobulin preparations by the subcutaneous and intramuscular routes. It turned out that 80 ml of immune gammaglobulin protected the calves whereas the "normal" gammaglobulin did not.

Logan and Penhale (1971) compared the relative protective value of colostral whey prepared from the first *post-partum* milking of several farms with relatively pure IgM and IgG fractions which were given intraperitoneally prior to challenge with a virulent coli strain 78:80B. It was found that parenterally injected whey effectively prevented the development of septicemia, but had little influence on the diarrheic syndrome. In 35 calves, the effective dose per 30 kg. of whole whey which protected 50 % of the calves (ED 50/30 kg.) was a volume of whey containing 0.15 g IgM and 0.98 g IgG (i.e. 37.5 ml. whey) and the ED 95/30 kg. was 0.26 g IgM and 1.5 g IgG (65 ml. whey).

Four calves given the IgM fraction in excess of that found in ED 95 of whey died with septicemia, but the survival time was prolonged and the onset of septicemia delayed. The IgG fraction given to five calves had no protective effect, the infection was lethal and proceeded as in the untreated group. This failure of IgG to influence the course of the disease to any extent was in accord with its inability *in*

vitro to detect more than trace amounts of antibody to any *E.coli* antigens in this class of immunoglobulin.
The failure of parenterally given colostral whey to influence the diarrheic condition was explained by the inability of the whey to reach the lumen of the gastro-intestinal tract effectively. Thus colostrum may have two protective functions: locally, within the intestine and systemically following absorption.
The same authors (*Penhale, Logan and Stenhouse,* 1971; *Logan and Penhale,* 1971) prepared an IgM-rich fraction from bovine serum with which they prevented experimental colisepticemia and prolonged survival time when given in doses in excess of 1 gm IgM/30 kg bodyweight. However, there was a high incidence of severe diarrhea which was little influenced by the prophylactic measures.

10.3. *Prevention by competitive bacterial colonization of the naso-pharynx*

The finding that the naso-pharynx may be the portal of entry of virulent colibacteria stimulated *Mayr et al.* (1967) to inoculate living, avirulent bacteria onto the nasal mucous membrane of newborn calves, as a possible means for the avirulent bacteria, being "first-comers", to competively prevent subsequent colonization by potentially virulent bacteria and thereafter their infection of the host.
They sprayed a mixture of micrococci, enterococci and corynebacteria into the nasal orifice of the calves immediately after birth. This artificial colonization was harmless for the calves. On 38 farms with moderate calf mortality, 12 (7 %) of 171 treated calves became ill, 2 died, whereas 114 (35.7 %) of 319 untreated control animals from the same farms became ill, 24 of which died.

11. Suggestion for future research

Many questions concerning the pathogenesis of colibacillosis (both the septicemic and enteric forms) are still unanswered; moreover, there remains much controversy. A great deal of knowledge gained by investigation of this complex disease is of general scientific interest and research in this field would improve the understanding of intestinal physiology, pathogenesis of intestinal infection and systematic invasion by the responsible organism, protein transport across membranes and epithelial cells, protection of mucous membranes by immune mechanisms, virulence factors of intestinal bacteria and so on.

It has been shown that there is insufficient understanding of the intestinal ecology and why certain coli strains colonize the upper intestine and multiply there. The detection of enterotoxin is a substantial step forward and research into its pharmocological activity should be advanced. The idea to colonize the naso-pharynx with harmless bacteria before virulent coli strains enter this environment is an interesting one and more data should be collected to ascertain the feasibility of this procedure as a preventive measure.

The pathogenic rôle of *E.coli* in the enteric form of colibacillosis has been doubted and an enzymatic failure proposed instead. Application of the methods of modern clinical enzymology to both healthy and scouring calves should therefore lead to elucidation of this condition.

Now the differentiation of immune globulin classes and subclasses has become possible and the question arises as to what kind of molecular structures are responsible for the selective transport of IgGs from the serum to the colostrum and why, in contrast to the rodents and rabbits, all types of macromolecules are absorbed non-selectively in the small intestine.

The normal closure of protein absorption by the small intestine 24 to 36 hours after birth or earlier, is far from being understood; since the protein is no longer taken up by the epithelial cell after closure, investigations of the differences in surface structure of very young epithelial absorptive cells and older cells which no longer absorb should be intensified. An explanation of this phenomenon would perhaps explain the mechanism of persistent agammaglobulinemia which occurs despite of colostrum intake and which is an important conditioning factor for systemic invasion. Those who believe that persistent agammaglobulinemia is not caused by deficient absorptive capacity of the intestine, but by insufficient delivery of colostral immune globulin should collect more data to support their thesis.

Research with twin calves which would be fed the same amount of the same colostrum simultaneously is proposed.
The protective rôle of specific K-antibody has not been completely denied, but its importance as a sole and decisive immunological factor has been questioned. A non-specific universal antibody present in all colostral sera of cattle has been detected and claimed to be of primary importance. Its isolation should be attempted, its immunological and physico-chemical characteristics defined and its relationship to the bactericidal antibody in serum and colostral whey further determined.
More effort should be put into the investigation of the protective rôle and mode of action of secretory antibody in the intestine and on other mucous membranes. Since immune globulin given parenterally is able to prevent septicemia, but has apparently little influence on scouring, the preventive activity of orally given immune globulin and its influence on intestinal ecology should again be examined. Particular interest should be directed to immunization procedures which favor the production of IgM antibodies.
It has been said that colibacillosis is a complex of etiologies. The more we learn of this many-sided disease the more this proves to be true. We are no further ahead in some aspects than we were twenty years ago, but in others the progress is promising so that there is reason to believe that colibacillosis of calves, which still causes very severe losses to the animal industry, may be brought under control in the future.

12. Literature

Aden, D.P., Reed, N.D., Underdahl, N.R., and Mebus, C.A. (1969). Transferable drug resistance among enterobacteriaceae isolated from cases of neonatal diarrhea in calves and piglets. *Applied Microbiology 18,* 961–964.

Amstutz, H.E. (1965). Occurrence and etiology of infectious calf diarrhea. *Journal of the American Veterinary Medical Association 147,* 1360–1363.

Anderson, E.S. (1967). Facteurs de transfer et résistance aux antibiotiques chez les entérobactéries. *Annales de l'Institut Pasteur 112,* 547–563.

Aschaffenburg, R. (1949). The nutritive value of colostrum for the calf. 3. Changes in the serum protein of the newborn calf following the ingestion of small quantities of the non-fatty fraction. *British Journal of Nutrition 3,* 200–204.

Aschaffenburg, R., Bartlett, S., Kon, S.K., Terry, P., Thompson, S.Y., and Walker, D.M. (1949a). The nutritive value of colostrum for the calf. 1. The effect of different fractions of colostrum. *British Journal of Nutrition 3,* 187–196.

Aschaffenburg, R., Bartlett, S., Kon, S.K., Walker, D.M., Briggs, C., Cotchin, E., and Lovell, R. (1949b). The nutritive value of colostrum for the calf. 2. The effect of small quantities of the non-fatty fraction. *British Journal of Nutrition 3,* 196–200.

Aschaffenburg, R., Bartlett, S., Kon, S.K., Roy, J.H.B., and Walker, D.M. (1951a). The nutritive value of colostrum for the calf. 4. The effect of small quantities of colostral whey, dialysed whey and "immune lactoglobulins". *British Journal of Nutrition 5,* 171–176.

Aschaffenburg, R., Bartlett, S., Kon, S.K., Roy, J.H.B., Walker, D.M., Briggs, C., and Lovell, R. (1951b). The nutritive value of colostrum for the calf. 5. The effect of prepartum milking. *British Journal of Nutrition 5,* 343–349.

Aschaffenburg, R., Bartlett, S., Kon, S.K., Roy, J.H.B., Sears H.J., Ingram, P.L., Lovell, R., and Wood, P.C. (1952). The nutritive value of colostrum for the calf. 8. The performance of Friesian and Shorthorn calves deprived of colostrum. *Journal of Comparative Pathology and Therapeutics 62,* 80–82.

Aschaffenburg, R., Bartlett, S., Kon, S.K., Roy, J.H.B., Sears, H.J., Thompson, S.Y., Ingram, P.L., Lovell, R., and Wood, P.C. (1953). The nutritive value of colostrum for the calf. 9. The effect of soya-bean lecithin on the vitamin A absorption and on the growth rate of calves given small quantities of separated colostrum. *British Journal of Nutrition 7,* 275–285.

Bader, R.E. (1969). Die Bakterienruhr. *In* „Die Infektionskrankheiten des Menschen und ihre Erreger" (Grumbach, A., und Kikuth, W. eds.), Vol. I, 794–808. Georg Thieme Verlag, Stuttgart.

Balfour, W.E., and Comline, R.S. (1962). Acceleration of the absorption of unchanged globulin in the newborn calf by factors in colostrum. *Journal of Physiology 160,* 234–257.

Bangham, D.R., Ingram, P.L., Roy, J.H.B., Shillam, K.W.G., and Terry, R.J. (1958). The absorption of ^{131}I-labelled serum and colostral proteins from the gut of the young calf. *Proceedings of the Royal Society of London,* Series B, *149,* 184–191.

Barandun, S., Cottier, H., Hässig, A. und Riva, G. (1959). „Das Antikörpermangelsyndrom". Benno Schwabe & Co. Basel/Stuttgart.

Barnum, D.A., Glantz, P.J., and Moon, H.W. (1967). "Colibacillosis". CIBA Veterinary Monograph, Series TWO.

Bauer, F. und Dost, G. (1969). Flavomycin, das erste ausschliesslich für die Tierernährung bestimmte Antibioticum. *Die blauen Hefte* No. *41,* 10–16.

Blakemore, F., Davies, A., Eylenburg, E., Moore, T., Sellers, K.C., and Worden, A.N. (1948). The relative importance of antibodies and vitamin A in preventing disease in young calves. *Biochemical Journal 42,* XXX.

Blakemore, F., and Garner, R.J. (1956). The maternal transfer of antibodies in the bovine. *Journal of Comparative Pathology and Therapeutics 66,* 287–289.

Boguth, W. (1954). Papierelektrophoretische Serumuntersuchungen bei Haussäugetieren. *Zentralblatt für Veterinärmedizin 1,* 168–187.

Bokhari, S.M.H., and Ørskov, F. (1952). O-grouping of *E.coli* strains isolated from cases of white scours. *Acta pathologica et microbiologica scandinavica 30,* 87–89.

Brambell, F.W.R. (1958). The passive immunity of the young mammal. *Biological Reviews 33,* 488–531.

Brambell, F.W. (1966). The transmission of immunity from mother to young and the catabolism of immunoglobulins. *The Lancet, London,* Vol. II, 1087–1093.

Brambell, F.W.R. (1970). "The transmission of passive immunity from mother to young". North Holland Publ. Co. Amsterdam-London.

Brambell, F.W.R., Hemmings, W.A., and Oakley, C.L. (1959). The relative transmission of natural pepsin-refined homologous antitoxin from the uterine cavity of the foetal circulation in the rabbit. *Proceedings of the Royal Society of London,* Series B., *150,* 312–317.

Brambell, F.W.R., Hemmings, W.A., Oakley, C.L., and Porter, R.R. (1960). The relative transmission of the fractions of papain hydrolyzed homologous γ-globulin from the uterine cavity to the foetal circulation in the rabbit. *Proceedings of the Royal Society of London,* Series B, *151,* 478–482.

Brandly, C.A., and McClurkin, A.W. (1956). Epidemic diarrheal disease of viral origin of newborn calves. *Annals of the New York Academy of Sciences 66,* 181–185.

Briggs, C. (1951). The nutritive value of colostrum for the calf. The "K" antigens of *Bacterium coli. British Journal of Nutrition 5,* 349–355.

Briggs, C., Lovell, R., Aschaffenburg, R., Bartlett, S., Kon, S.K., Roy, J.H.B., Thompson, S.Y., and Walker, D.M. (1951). The nutritive value of colostrum for the calf. 7. Observations on the nature of the protective properties of colostrum. *British Journal of Nutrition 5,* 356–362.

Bürki, F. und Fey, H. (1963). Zur Pathogenese der Kälber-Colisepsis. VII. Virologische Untersuchungen. *Zentralblatt für Bakteriologie, Parasitenkunde, Abt. I. Originale 187,* 517–524.

Bywater, R.J., and Penhale, W.J. (1969). Depressed lactase activity in the intestinal mucous membrane of calves after neonatal diarrhea. *Research in Veterinary Science 10,* 591–593.

Cherry, W.B., and Thomason, B.W. (1969). Fluorescent antibody techniques for *Salmonella* and other enteric pathogens. *Public Health Reports, Public Health Service, U.S. Department of Health, Education, and Welfare 84,* 887–898.

Cherry, W.B., Thomason, B.M., Pomales-Lebron, A., and Ewing, W.H. (1961). Rapid presumptive identification of enteropathogenic *E.coli* in faecal smears by means of fluorescent antibody. *Bulletin of the World Health Organisation 25,* 159–171.

Cohen, S. (1966). Structure and heterogeneity of immunoglobulins. *Proceedings of the Royal Society of London,* Series B, *166,* 114–123.

Cohrs, P. (1942). Hyperkeratose des Pansens, A-Avitaminose und Kälberruhr. *Berliner und Münchener tierärztliche Wochenschrift 1142*, 209–212.

Colinet, G., Kaeckenbeeck, A. et Schoenaers, F. (1961). Elimination et production d'anticorps colibacillaires chez le veau. *Annales de Médecine Vétérinaire 105,* 245–257.

Comline, R.S., Roberts, H.E., and Titchen, D.A. (1951a). Histological changes in the epithelium of the small intestine during protein absorption in the newborn animal. *Nature, London 168,* 84–85.

Comline, R.S., Roberts, H.E., and Titchen, D.A. (1951b). Route of absorption of colostrum globulin in the newborn animal. *Nature, London 167,* 561–562.

Cyanamid International, Wayne, N.J. (1970). Gedanken zum Swann Report. *Mitteilungen für Tierhaltung 10,* No. 126, 10–15.

Dalton, R.G., Fisher, E.W., and McIntyre, W.I.M. (1960). Antibiotics and calf diarrhoea. *Veterinary Record 72,* 1186–1194.

Dam, A. (1960). Serological O-grouping of strains of *E.coli* isolated from cases of coli septicemia in calves. *Nordisk Veterinearmedicin 12,* 321–342.

Dam, A. (1963). Experimental studies on the pathogenicity for calves of *Escherichia coli* and on the protective effect of specific *E.coli* antiserum. *Proceedings of the 17th World Veterinary Congress, Hannover* 1963, *1,* 435–440.

Dam, A. (1964). Infectious diseases among calves in Denmark, with particular reference to septicemia with *Escherichia coli. Bulletin de l'Office International des Epizooties 62,* 1–14.

Dam, A. (1967). Intraperitoneal infection experiments on calves and mice with *Escherichia coli. Nordisk Veterinaermedicin 19,* 531–535.

Dam, A. (1968). Studies on the gammaglobulin levels in sera of calves from herds with colisepticaemia as a problem, and some investigations on the content of specific antibodies in colostrum. *Nordisk Veterinaermedicin 20,* 449–457.

Davis, B.R., and Ewing, W.H. (1963). Serologic relations that may lead to erroneous diagnoses of *E.coli* infections by means of fluorescent antibody technique. *The American Journal of Clinical Pathology 39,* 198–202.

De, S.N., and Chatterjee, D.N. (1953). An experimental study of the mechanism of action of *Vibrio cholerae* on the intestinal mucous membrane. *Journal of Pathology and Bacteriology 66,* 559–562.

Deutsch, H.F., and Smith, V.R. (1957). Intestinal permeability to proteins in the newborn herbivore. *American Journal of Physiology 191,* 271–276.

Dixon, F.J., Weigle, W.O., and Vazquez, J.J. (1961). Metabolism and mammary secretion of serum protein in the cow. *Laboratory Investigations, New York 10* (2), 216–237.

Dunne, H.W., Glantz, P.J., Hokanson, J.F., and Bortree, A.L. (1956). *Escherichia coli* as a cause of diarrhea in calves. *Annals of the New York Academy of Sciences 66,* 129–135.

El-Nageh, M.M. (1967a). Période de perméabilité de l'intestin du veau nouveau-né aux gammaglobulines du colostrum. *Annales de Médecine Vétérinaire 111,* 370–379.

El-Nageh, M.M. (1967b). Siège de l'absorption intestinale des gammaglobulines du colostrum chez le veau nouveau-né. *Annales de Médecine Vétérinaire 111,* 380–383.

El-Nageh, M.M. (1967c). Voies d'absorption des gammaglobulines du colostrum au niveau de l'intestin grêle du veau nouveau-né. *Annales de Médecine Vétérinaire 111,* 384–390.

El-Nageh, M.M. (1967d). Relation entre l'arrêt de la resorption intestinale des anticorps et le renouvellement de l'épithélium intestinal. *Annales de Médecine Vétérinaire 111,* 400–405.

El-Nageh, M.M. (1970). Etude chez le veau nouveau-né de l'absorption intestinale des anticorps et autres protéines, et de leur élimination urinaire. *Thèse méd. vét., Bruxelles* 1970.

Ehrlich, P. (1892). Ueber Immunität durch Vererbung und Säugung. *Zeitschrift für Hygiene und Infektionskrankheiten 12,* 183–203.

Famulener, L.W. (1912). On the transmission of immunity from mother to offspring. A study on serum haemolysins in goats. *Journal of Infectious Diseases 10,* 332–368.

Fankhauser, R. (1960). Meningo-Encephalitis bei Colisepsis des Kalbes. *Monatshefte für Veterinärmedizin 15,* 614–618.

Fey, H. (1955). Serologische, biochemische und biologische Untersuchungen an Stämmen aus boviner Colimastitis mit spezieller Berücksichtigung der

Coli-Säuglingsenteritis. *Vet. Med. Habilitationsschrift, Zürich* 1955. *Ergebnisse der Hygiene, Bakteriologie, Immunitätsforschung und experimentellen Therapie 29,* 394–474.

Fey, H. (1956). Über Colistämme der O-Gruppe 78 mit einem neuen B-Antigen bei der Colisepsis des Kalbes. *Schweizerische Zeitschrift für Allgemeine Pathologie und Bakteriologie 19,* 543–551.

Fey, H. (1957a). Bakteriologie und Serologie der Colisepsis des Kalbes. I. Serologische und biochemische Untersuchungen. *Zentralblatt für Veterinärmedizin 4,* 309–318.

Fey, H. (1957b). Bakteriologie und Serologie der Colisepsis des Kalbes. II. Die Bedeutung des Colityps 78:80B für die Kälberruhr. *Zentralblatt für Veterinärmedizin 4,* 447–458.

Fey, H. (1957c). Kritik an den bakteriologischen Grundlagen der Coli-Implantationstherapie bei Dysbakterie. *Schweizerische Zeitschrift für Pathologie und Bakteriologie 20,* 584–593.

Fey, H. (1962). Neuere Untersuchungen über die Colisepsis des Kalbes. *Schweizer Archiv für Tierheilkunde 104,* 1–12.

Fey, H. (1964). Kritische Betrachtungen bei Kälberaufzuchtkrankheiten. *Wiener Tierärztliche Monatsschrift 51,* 92–99.

Fey, H. (1966). Entstehung und Verhütung der Coliinfektionen der Kälber. *Zentralblatt für Veterinärmedizin, Reihe B, 13,* 175–179.

Fey, H. (1967). Die Bedeutung des Gammaglobulins für das neugeborene Kalb. *Internationale Tierärztliche Arbeitsgemeinschaft für Tierernährung, Symposium Salzburg* 1967, 17–28.

Fey, H. (1968). Zum Problem der γ-Globulin-Resorption beim neugeborenen Kalb. *Bulletin der Schweizerischen Akademie der Medizinischen Wissenschaften 24,* 390–397.

Fey, H. (1971a). Immunology of the newborn calf: Its relationship to colisepticemia. *Annals of the New York Academy of Sciences 176,* 49–63.

Fey, H. (1971b). Perspectives in the control of neonatal enteric disease. Discussion. *In* "Neonatal enteric infections caused by *E.coli*". *Annals of the New York Academy of Sciences 176,* 401–405.

Fey, H. und Hunyady, G. (1962). Zur Substitutionsprophylaxe mit Colostrum-Poolserum bei agammaglobulinämischen Kälbern. *Berliner und Münchener Tierärztliche Wochenschrift 75,* 466–467.

Fey, H. und Lindt, S. (1962). Zur Pathogenese der Colisepsis des Kalbes. III. Die Bedeutung des Vitamin A. *Zentralblatt für Veterinärmedizin 9,* 643–652.

Fey, H. und Margadant, A. (1961a). Zur Pathogenese der Kälber-Colisepsis. I. Verteilung des Sepsistyps in den Organen. *Zentralblatt für Bakteriologie, Parasitenkunde,* Abt. I, Originale *182,* 71–76.

Fey, H. und Margadant, A. (1961b). Zur Pathogenese der Kälber-Colisepsis. II. Umgebungsuntersuchungen in Sepsisbeständen. *Zentralblatt für Bakteriologie, Parasitenkunde,* Abt. I, Originale *182,* 465–472.

Fey, H. und Margadant, A. (1961c). Hypogammaglobulinämie bei der Colisepsis des Kalbes. *Pathologia et Microbiologia 24,* 970–976.

Fey, H. und Margadant, A. (1962a). Zur Pathogenese der Kälber-Colisepsis. IV. Agammaglobulinämie als disponierender Faktor. *Zentralblatt für Veterinärmedizin 9,* 653–663.

Fey, H. und Margadant, A. (1962b). Zur Pathogenese der Kälber-Colisepsis. V. Versuche zur künstlichen Infektion neugeborener Kälber mit dem Colityp 78:80B. *Zentralblatt für Veterinärmedizin 9,* 767–778.

Fey, H. und Richle, R. (1961). Serologische Untersuchungen an Kälbern und Kühen nach Vakzination mit Pneumokokken. *Schweizer Archiv für Tierheilkunde 103,* 349–358.

Fey, H., Lanz, E., Margadant, A. und Nicolet, J. (1962). Zur Pathogenese der Kälber-Colisepsis. VI. Experimentelle Infektion zum Beweis der parenteralen Genese. *Deutsche Tierärztliche Wochenschrift 69,* 581–586.

Fey, H., Margadant, A., Nicolet, J. und Hunyady, G. (1963). Prophylaxe der experimentellen Colisepsis des Kalbes mit einem Colostrum-Serumpool. *Schweizer Archiv für Tierheilkunde 105,* 361–370.

Fey, H., Nicolet, J., von Fellenberg, R. und Margadant, A. (1964). Immunologische, serologische und immunochemische Methoden zum Nachweis der Agammaglobulinämie des Kalbes. *Zentralblatt für Veterinärmedizin, Reihe B, 11,* 584–602.

Fisher, E.W. (1971). Discussion remarks to the paper of *Fey* on the immunology of the newborn calf. *In* "Neonatal enteric infection caused by *E.coli*". *Annals of the New York Academy of Sciences 176,* 64.

Formal, S.B., LaBrec, E.H., Hornick, R.B., Dupont, H.L., and Snyder, M.J. (1971a). Attenuation of strains of dysentery bacilli. *In* "Symposia Series in Immunological Standardization". *International Symposium on Enterobacterial Vaccines, Bern* 1969. S. Karger, Basel 1971.

Formal, S.B., Dupont, H.L., Hornick, R., Snyder, M.J., Libonati, J., and LaBrec, E.H. (1971b). Experimental models in the investigation of the virulence of dysentery bacilli and *Escherichia coli. Annals of the New York Academy of Sciences 176,* 190–196.

Garside, J.S., Gordon, R.F., and Tucker, J.F. (1960). The emergence of resistant strains of *Salmonella typhimurium* in the tissues and alimentary tracts of chickens following the feeding of an antibiotic. *Research in Veterinary Science 1,* 184–199.

Gay, C.C. (1965). *Escherichia coli* and neonatal disease of calves. *Bacteriological Reviews 29,* 75–101.

Gay, C.C. (1971). Problems of immunization in the control of *Escherichia coli* infection. *Annals of the New York Academy of Sciences 176,* 336–349.

Gay, C.C. McKay, K.A., and Barnum, D.A. (1964a). Studies on colibacillosis of calves. I. The antibody acquired by calves as the result of vaccination of the dam. *Canadian Veterinary Journal 5,* 248–261.

Gay, C.C., McKay, K.A., and Barnum, D.A. (1964b). Studies on colibacillosis of calves. II. A clinical evaluation of the efficiency of vaccination of the dam as a means of preventing colibacillosis of the calf. *Canadian Veterinary Journal 5,* 297--308.

Gay, C.C., McKay, K.A., and Barnum, D.A. (1964c). Studies on colibacillosis of calves. III. Experimental reproduction of colibacillosis. *Canadian Veterinary Journal 5,* 314–325.

Gay, C.C., Anderson, N., Fisher, E.W., and McEwan, A.D. (1965a). Gammaglobulin levels and neonatal mortality in market calves. *Veterinary Record 77,* 148–149.

Gay, C.C., Fisher, E.W., and McEwan, A.D. (1965b). Seasonal variations in gammaglobulin levels in neonatal market calves. *Veterinary Record 77,* 994.

Glantz, P.J. (1960). Serological classification of *Escherichia coli. Cornell Veterinarian 50,* 9–14.

Glantz, P.J. (1965). Gammaglobulin levels and neonatal mortality in market calves. *Veterinary Record 77,* 490.

Glantz, P.J. (1971). Neonatal gastrointestinal disease: Epidemiological and microbiological aspects: Serotypes of *Escherichia coli* isolated with colibacillosis in neonatal animals. *Annals of the New York Academy of Sciences 176,* 67–69.

Glantz, P.J., and Jacks, T.M. (1969). A bacteriological and serological study of experimental *Escherichia coli* infection of calves. *Canadian Journal of Comparative Medicine 33,* 128–133.

Glantz, P.J., Dunne, H.W., Heist, C.E., and Hokanson, J.F. (1959). Bacteriological and serological studies of Escherichia coli. Serotypes associated with calf scours. *Bulletin, Pennsylvania State University, College of Agriculture, Agricultural Experiment Station.* University Park, Pennsylvania No. 645, 1–22.

Glantz, P.J., Kradel, D.C., and Hokanson, J.F. (1966). *Escherichia coli* serogroup 115 isolated from animals: Experimental infection of calves.*American Journal of Veterinary Research 27,* 1205–1209.

Gossling, J., McKay, K.A., and Barnum, D.A. (1964a). Colibacillosis of calves in Ontario. I. A serological study of *Escherichia coli* strains. *Canadian Veterinary Journal 5,* 151–159.

Gossling, J. McKay, K.A., and Barnum, D.A. (1964b). Colibacillosis of calves in Ontario. II. The association of certain serotypes of *Escherichia coli* with calf scours. *Canadian Veterinary Journal 5,* 220–228.

Göing, H. und Kaiser, P. (1969). Endotoxine. *In* „Die Infektionskrankheiten des Menschen und ihre Erreger" (Grumbach, A. und Kikuth, W. eds.) Vol. I, 225–248. Georg Thieme Verlag Stuttgart 1969.

Graves, J.H. (1963). Transfer of neutralizing antibody by colostrum to calves born of Foot-and-Mouth Disease vaccinated dams. *Journal of Immunology 91,* 251–256.

Gyles, C.L. (1968). Enterotoxicity of cell-free *E.coli* preparation in ligated pig's intestine. *Thesis, med. vet. PhD, Guelph, Ontario* 1968.

Gyles, C.L. (1971). Heat-labile and heat-stable forms of the enterotoxin from *E.coli* strains enteropathogenic for pigs. *Annals of the New York Academy of Sciences 176,* 314–322.

Gyles, C.L., and Barnum, D.A. (1969). A heat-labile enterotoxin from strains of *Escherichia coli* enteropathogenic for pigs. *Journal of Infectious Diseases 120,* 419–426.

Halliday, R. (1957b). The absorption of antibody from immune sera and from mixtures of sera by the gut of the young rat. *Proceedings of the Royal Society of London,* Series B, *148,* 92–103.

Hammer, D.K., Kickhöfen, B., and Henning, G. (1968). Molecular classes and properties of antibodies in cattle serum and colostrum sythesized during the primary and secondary response to protein antigens. *European Journal of Biochemistry 6,* 443–454.

Hammer, D.K., Kickhöfen, B., and Schmid, Th. (1971). Detection of homocytotropic antibody associated with a unique immunoglobulin class in the bovine species. *European Journal of Immunology 1,* 249–257.

Hansen, R.G., and Phillips, P.H. (1949). Studies on protein from bovine colostrum. III. The homologous and heterologous transfer of protein to the blood stream of young animals. *Journal of Biological Chemistry 179,* 523–527.

Hansen, R.G., Phillips, P.H., and Rupel, I.W. (1946). The effect of vitamin supplements upon survival of newborn calves. *Journal of Dairy Science 29,* 761–766.

Harms F. (1951). Vitamin A in Fetus und Jungtier bei Rind und Pferd. *Monatshefte für Veterinärmedizin 6* 165–169.

Hartley, P. (1948). The behaviour of different types of homologous and heterologous diphtheria antitoxin when administered to pregnant guinea-pigs. *Monthly Bulletin of the Ministry of Health, London 7,* 45–53.

Hartley, P. (1951). The effect of peptic digestion on the properties of diphtheria antitoxin. *Proceedings of the Royal Society of London,* Series B, *138,* 499–513.

Heimer, R., Schnoll, S.S., and Primack, A. (1967). Products of peptic digestion of human γG-immunoglobulin. *Biochemistry 6,* 127–133.

Hibbs, J.W., and Krauss, W.E. (1947). The effect of supplementary vitamins on blood composition, liver storage, and incidence of scours in calves. *Journal of Dairy Science 30,* 115–120.

Hill, K.J. (1956). Gastric development and antibody transference in the lamb, with some observations on the rat and guinea-pigs. *Quarterly Journal of Experimental Physiology 41,* 421–432.

Hobbs, B.C., Reeves, J.C., Garside, J.S., Gordon, R.F., Barnes, E.M., Shrimpton, D.S., and Anderson, E.S. (1960). Antibiotic treatment of poultry in relation to *Salmonella typhimurium. Monthly Bulletin of the Ministry of Health, London 19,* 178–193.

Howe, P.E. (1924). The relation between the ingestion of colostrum or blood serum and the appearance of globulins and albumen in the blood and urine of the newborn calf. *Journal of Experimental Medicine 39,* 313–320.

Hurvell, B., and Fey, H. (1970). Comparative studies on the gammaglobulin level in sera of market calves in relation to their health. *Acta Veterinaria Scandinavica 11,* 341–360.

Inglis, J.S.S. (1960). The relationship of husbandry to calf scours. A review. *Veterinary Record 72,* 1174–1178.

Ingram, D.G., and Malcomson, M.E. (1970a). Antibodies to *Escherichia coli* in young calves: O-antigens. *American Journal of Veterinary Research 31,* 61–69.

Ingram, D.G., Corbeil, L.B., and Malcomson, M.E. (1970b). Antibodies to *Escherichia coli* in young calves: K-antigens. *American Journal of Veterinary Research 31,* 71–79.

Ingram, P.L., Lovell, R., Wood, P.C., Aschaffenburg, R., Bartlett, S., Kon, S.K., Roy, J.H.B., and Sears, H.F. (1953a). Further observations of the significance of colostrum for the calf. I. White scours of calves in an enclosed community. *Proceedings of the 13th International Dairy Congress, The Hague 3,* 1365–1368.

Ingram, P.L., Lovell, R., Wood, P.C., Aschaffenburg, R., Bartlett, S., Kon, S.K., Roy, J.H.B., and Sears, H.J. (1953b). Further observations of the significance of colostrum for the calf. II. The immunological importance of colostrum. *Proceedings of the 13th International Dairy Congress, The Hague 3,* 1369–1371.

Ingram, P.L., Lovell, R., Wood, P.L., Aschaffenburg, R., Bartlett, S., Kon, S.K., Palmer, J., Roy, J.H.B., and Shillam, K.W.G. (1956). *Bacterium coli* antibodies in colostrum and their relation to calf survival. *Journal of Pathology and Bacteriology 72,* 561–568.

Isliker, H., Jacot-Guillarmod, H. und Jaton, J.C. (1965). The structure and biological activity of immunoglobulins and their subunits. *Ergebnisse der Physiologie, biologischen Chemie und experimentellen Pharmakologie.* Springer-Verlag Berlin/Heidelberg/New York 1965, 67–113.

Joint Committee on the use of antibiotics in animal husbandry and veterinary medicine. Swann, M.M., Balaxter, K.L., Field, H.I., Howie, J.W., Lucas, I.A.M., Millar, E.L., Murdoch, J.C., Parsons, J.H., White, E.G. (1969). *Report London, Her Majesty's Stationary Office,* November 1969.

Jones, A. (1966). In vitro studies with *E.coli* from piglets and calves. *Journal of Comparative Pathology 76,* 1–8.

Jones, R.A. (1967). Detection of immunoglobulin (IgG) post partum in calves. *Veterinary Record 81,* 494–495.

Jukes, T.H. (1969). Beobachtungen über die Unbedenklichkeit der Fütterung von Antibiotika an Tiere. *Mitteilungen für Tierhaltung* Nr. 122, 6–7.

Kaeckenbeeck, A., and Thomas, J. (1960). A propos des sérotypes colibacillaires dans la diarrhée des veaux. Détermination des antigènes somatiques (O). *Annales de Médecine Vétérinaire 104,* 232–239.

Kaeckenbeeck, A., Colinet, G. et Schoenaers, F. (1961). Evolution de l'aptitude de l'intestin du veau nouveau-né à résorber les anticorps apportés par colostrum. *Annales de Médecine Vétérinaire 105,* 197–205.

Kaeckenbeeck, A., El-Nageh, M.M. et Schoenaers, F. (1967). Effets d'une première administration de protéines sur la résorption intestinale ultérieure des globulines, chez le veau nouveau-né. *Annales de Médecine Vétérinaire 111,* 391–399.

Kasai, N., and Nowotny, A. (1967). Endotoxic glycolipid from heptoseless mutant of *Salmonella minnesota. Journal of Bacteriology 94,* 1824–1836.

Kauffmann, F. (1954). "Enterobacteriaceae". Ejnar Munksgaard Publ. Copenhagen 1954.

Kessel, R.W.I., Freedmann, H.H., and Braun, W. (1966). Relation of polysaccharide content to some biological properties of endotoxins from mutants of *Salmonella typhimurium. Journal of Bacteriology 92,* 592–596.

Kickhöfen, B., Hammer, D.K., and Scheel, D. (1968). Isolation and characterisation of γG type immunoglobulins from bovine serum and colostrum. *Hoppe-Seyler's Zeitschrift für Physiologische Chemie 349.* 1755–1773.

Kickhöfen, B., Hammer, D.K., and Westphal, M. (1971). Occurrence of IgG fragments in the urine of the newborn calf. *European Journal of Immunology 1,* 49–54.

Kim, Y.B., and Watson, D.W. (1966). Rôle of antibodies in reaction to Gram-negative bacterial endotoxins. *Annals of the New York Academy of Sciences 133,* 727–745.

Kiser, J.S., Kemp, G. und Jarolmen, H. (1970). Die Bedeutung der Fütterungsantibiotika für das Entstehen der übertragbaren Antibiotika-Resistenz. *Mitteilungen für Tierhaltung 10,* Nr. 125, 3–5.

Klaus, G.G.B., Bennett, A., and Jones, E.W. (1969). A quantitative study of the transfer of colostral immunoglobulins to the newborn calf. *Immunology 16,* 293–299.

Kraehenbuhl, J.P. and Campiche, M.A. (1969). Early stages of intestinal absorption of specific antibodies in the newborn. *Journal of Cell Biology 42,* 345–365.

Kraehenbuhl, J.P., Gloor, E. et Blanc, B. (1967). Résorption intestinale de la ferritine chez deux espèces animales aux possibilités d'absorption protéique néonatale différentes. *Zeitschrift für Zellforschung 76,* 170–186.

Krogh, H.V. (1971). Non-septicemic enteritis in newborn calves. *Medemsblad for den Danske Dyrlaegeforening 54,* 41–46.

Kruse, V. (1966). Personal communication.

Kruse, V. (1969). Resorption af Immunoglobulin fra Kolostrum hos Nyfødte Kalve. *Thesis,* Agricultural Sciences, 1969.

Lebek, G. (1969). „Die infektiöse bakterielle Antibiotikaresistenz". Verlag Huber, Bern/Stuttgart 1969.

Logan, E.F., and Penhale, W.J. (1971). Studies on the immunity of the calf to colibacillosis. I. The influence of colostral whey and immunoglobulin fractions on experimental colisepticaemia. *Veterinary Record 88,* 222–228.

Logan, E.F., and Penhale, W.J. (1971). III. The local protective activity of colostrum within the gastro-intestinal tract. *Veterinary Record 89,* 628–632.

Logan, E.F., and Penhale, W.J. (1971). IV. The prevention of experimental colisepticemia by the intravenous administration of a bovine serum IgM-rich fraction. *Veterinary Record 89,* 663–667.

Loosmore, R.M., Kandersen, K.P., and Edgson, F.A. (1964). Symposium on calf diseases. *Veterinary Record 76,* 1335–1363.

Lovell, R. (1955). Intestinal diseases of young calves with special reference to infection with *Bacterium coli. Veterinary Reviews and Annotations 1,* 1–32.

Lovell, R. (1959). Coliform Diseases *in* "Infectious Diseases of Animals. Diseases due to Bacteria". (Stableforth, A.W., and Galloway, I.A. eds.), Vol. *1,* 229–235. Butterworths Scientific Publications, London.

Lüderitz, O., Staub, A.M., Westphal, O. (1966). Immunochemistry of O- and R-antigens of *Salmonella* and related enterobacteriaceae. *Bacteriological Reviews 30,* 192–255.

Mach, J.P., and Pahud, J.J. (1971). Secretory IgA, a major immunoglobulin in most bovine external secretions. *Journal of Immunology 106,* 552–563.

Mach, J.P., Pahud, J.J., and Isliker, H. (1969). IgA with "secretory piece" in bovine colostrum and saliva. *Nature, London 223,* 952–955.

Mancini, G., Carbonara, A.O., and Heremans, J.F. (1965). Immunochemical quantitation of antigens by single radial immunodiffusion. *Immunochemistry 2,* 235–254.

Mann, T.B. (1961). Enteric diseases of calves: Infection by *E.coli* and *Salmonella. Veterinary Record 73,* 21–22.

Mayr, A., Kalich, I. und Mehnert, B. (1964). Kälberkrankheiten. *Wiener Tierärztliche Monatsschrift 51,* 74–92.

Mayr, A., Witzigmann, G., Witzigmann, I. und Schliesser, Th. (1965). Untersuchungen über infektiöse Kälbererkrankungen während der Neugeborenenphase. *Zentralblatt für Veterinärmedizin,* Reihe B, *12,* 1–12.

Mayr, A., Schliesser, Th., Plank, P. und Herkner, G. (1967). Infektionsprophylaxe beim neugeborenen Kalb durch künstliche Keimbesiedlung. *Tierärztliche Umschau 22,* 124–132.

McBeath, D.G., Penhale, W.J., and Logan, E.F. (1971). An Examination of the influence of husbandry on the plasma immunoglobulin level of the newborn calf, using a rapid refractometer test for assessing immunoglobulin content. *Veterinary Record 88,* 266–270.

McConahey, P.J., and Dixon, F.J. (1966). A method of trace iodination of proteins for immunologic studies. *International Archives of Allergy and Applied Immunology 29,* 185–189.

McEwen, A.D. (1950). The resistance of the young calf to disease. *Veterinary Record 62,* 83–93.

Moon, H.W., and Whipp, S.C. (1971). Systems for testing the enteropathogeneticity of *Escherichia coli. Annals of the New York Academy of Sciences 176,* 197–211.

Morris, I.G. (1968). "Gammaglobulin absorption in the newborn". *In* Handbook of Physiology, American Physiological Society (Code, Ch.F., ed.), William and Wilkins Co., Baltimore. Section 6, Alimentary Canal, Intestinal Absorption, Vol. III, 1491–1512.

Mukkur, T.K.S., and Froese, A. (1971). Isolation and charaterization of IgM from bovine colostral whey. *Immunochemistry 8,* 257.

Murphy, T. (1954/1955). White scour of calves in West Limerick. An investigation of the disease and its prevention. *Journal of the Department of Agriculture of the Irish Free State 51,* 3–13.

Murphy, F.A., Aalund, O., Osebold, J.W., and Carroll, E.J. (1964). Gammaglobulins of bovine lacteal secretions. *Archives of Biochemistry and Biophysics 108,* 230–239.

Murphy, F.A., Osebold, J.W., and Aalund, O. (1965). Physical heterogeneity of bovine γglobulins: Characterization of γM and γG globulins. *Archives of Biochemistry and Biophysics 112,* 126–136.

Nevens, W.B., and Kendall, K.A. (1947). The value of supplementary vitamin feeding in the rearing of dairy calves. *Journal of Dairy Science 30,* 175–181.

Norton, C.L., Eaton, H.D., Loosli, J.K., and Spielmann, A.A. (1946). Controlled experiments on the value of supplementary vitamins for young dairy calves. *Journal of Dairy Science 29,* 231–238.

Ørskov, F., Ørskov, I., and Paerregaard, P. (1956). Nosocomial intestinal infections with *Escherichia coli* and *Klebsiella. Acta pathologica et microbiologica scandinavica 39,* 67–80.

Osborne, J.C. (1967). *Escherichia coli* serotypes orally. I. Induced gastroenteritis and pathological changes in neonatal calves. *Cornell Veterinarian 57,* 204–216.

Osborne, J.C., and Watson, D.F. (1967). *Escherichia coli* serotypes intravenously. II. Pharmacological effects and tolerance. III. Pathological changes and pathogenesis. *Cornell Veterinarian 57,* 217–227.

Ottosen, H.E. (1959). Some statistics on calf mortality. *Nordisk Veterinaermedicin 11,* 493–512.

Payne, L.C., and Marsh C.L. (1962a). Gammaglobulin absorption in the baby pig: The non-selective absorption of heterologous globulins and factors influencing absorption time. *Journal of Nutrition 76,* 151–158.

Payne, L.C., and Marsh, C.L. (1962b). Absorption of gammaglobulin by the small intestine. *Federation Proceedings 21,* 909–912.

Penhale, W.J., and Christie, G. (1969). Quantitative studies on bovine immunoglobulins. I. Adult plasma and colostrum levels. *Research in Veterinary Science 10,* 493–501.

Penhale, W.J., Christie, G., McEwan, A.D., Fisher, E.W. and Selman, I.E. (1970). Quantitative studies on bovine immunoglobulins. II. Plasma immunoglobulin levels in market calves and their relationship to neonatal infection. *British Veterinary Journal 126,* 30–37.

Penhale, W.J., Logan, E.F., and Stenhouse, A. (1971). II. Preparation of an IgM-rich fraction from bovine serum and its prophylactic use in experimental colisepticemia. *Veterinary Record 89,* 623–628.

Pierce, A.E. (1962). Antigens and antibodies in the newly born. 189–206. "Animal Health and Production" (Grunsell, C.S. & Wright, A.I., eds.), London Butterworths (Proceedings of the 13th Symposium of the Colston Research Society, University of Bristol April 10th–13th, 1961).

Pierce, A.E., and Feinstein, A. (1965). Biophysical and immunological studies on bovine immune globulins with evidence for selective transport within the mammary gland from maternal plasma to colostrum. *Immunology 8,* 106–123.

Plank, P. (1967). Infektiöse Kälbererkrankungen aus der Sicht des Praktikers. *Mitteilungen für Tierhaltung, Nr. 108,* 11–12.

Prohászka, L. (1968). Beziehungen zwischen Carotinversorgung von Rinderbeständen und Coli-Ruhr der Kälber. *Informationsdienst der Vitamin-Abteilung Roche, Basel.*

Radostits, O.M. (1965). Clinical management of neonatal diarrhea in calves with special reference to pathogenesis and diagnosis. *Journal of the American Veterinary Medical Association 147,* 1367–1376.

Radvany, R., Neale, N.L., and Nowotny, A. (1966). Relation of structure to function in bacterial O-antigens. VI. Neutralization of endotoxic O-antigens by homologous O-antibody. *Annals of the New York Academy of Sciences 133,* 763–786.

Rees, T.A. (1958). Studies on *Escherichia coli* of animal origin. 1. *E.coli* from natural outbreaks of colibacillosis of calves. *Journal of Comparative Pathology and Therapeutics 68,* 388–398.

Reisinger, R.C. (1965). Pathogenesis and prevention of infectious diarrhea (scours) of newborn calves. *Journal of the American Veterinary Medical Association 147,* 1377–1386.

Reisinger, R.C. (1971). Discussion remarks to the paper of *Fey* on the immunology of the newborn calf. *In* "Neonatal enteric infections caused by Escherichia coli". *Annals of the New York Academy of Sciences 176,* 64.

Sapre, V.A. (1970). Personal Communication.

Schoenaers, F., et Kaeckenbeeck, A. (1958a). Etudes sur la colibacillose du veau. I. Réalisation expérimentale de la maladie. *Annales de Médecine Vétérinaire 102,* 211–221.

Schoenaers, F. et Kaeckenbeeck, A. (1958b). Etudes sur la colibacillose du veau. 2. A propos du diagnostic et du traitement. *Annales de Médecine Vétérinaire 102,* 222–224.

Schoenaers, F., Kaeckenbeeck, A. et El-Nageh, M. (1967). Prophylaxie de la colibacillose du veau par vaccination de la mère. *Annales de Médecine Vétérinaire 111,* 3–15.

Schoop, G. (1951). Die Kälberruhr und ihre Vorbeuge. *Berliner und Münchener Tierärztliche Wochenschrift* (1951) 109–111.

Sears, H.J., Brownlee, I., and Uchiyama, J.K. (1950). Persistence of individual strains of *E.coli* in the intestinal tract of man. *Journal of Bacteriology 59,* 293–301.

Sears, H.J., and Brownlee, I. (1952). Further observations on the persistence of individual strains of *E.coli* in the intestinal tract of man. *Journal of Bacteriology 63,* 47–57.

Seeliger, H.P.R. (1957). Das Dysbakterieproblem vom Standpunkt des Mikrobiologen. *Zentralblatt für Bakteriologie, Parasitenkunde,* Abt. I, Originale *70,* 288–316.

Seeliger, H.P.R. (1958). Probleme der mikrobiellen Besiedelung des Darmtrakts. *Deutsche Medizinische Wochenschrift 83,* 629–634.

Selman, E.E., McEwan, A.D., and Fisher, E.W. (1970). Serum immune globulin concentration of calves left with their dams for the first two days of life. *Journal of Comparative Pathology 80,* 419–427.

Siebel, H. (1966). Die Verwendung von Gammaglobulin in der Veterinärmedizin. *Die blauen Hefte,* Nr. 31, 7–12.

Smith, H.W. (1958). Further observations on the effect of chemotherapy on the presence of drug-resistant *Bacterium coli* in the intestinal tract of calves. *Veterinary Record 70,* 575–580.

Smith, H.W. (1960). The ecology of the intestinal bacteria of the calf with particular regard to *Escherichia coli. Veterinary Record 72,* 1178–1183.

Smith, H.W. (1962). Observations on the aetiology of neonatal diarrhoea (scours) in calves. *Journal of Pathology and Bacteriology 84,* 147–168.

Smith, H.W. (1963). The haemolysins of *Escherichia coli. Journal of Pathology and Bacteriology 85,* 197–211.

Smith, H.W. (1971). The bacteriology of the alimentary tract of domestic animals suffering from *Escherichia coli* infections. *Annals of the New York Academy of Sciences 176,* 110–125.

Smith, H.W., and Crabb, W.E. (1960). The effect of chemotherapy on the numbers of *Bacterium coli* in the faeces of calves. *Journal of Comparative Pathology and Therapeutics 70,* 126–134.

Smith, H.W., and Gyles, C.L. (1970). The relationship between two apparently different enterotoxins produced by enteropathogenic strains of *Escherichia coli* of porcine origin. *Journal of Medical Microbiology 3,* 387–402.

Smith, H.W., and Halls, S. (1967a). The transmissible nature of the genetic factor in *Escherichia coli* that controls haemolysin production. *Journal of General Microbiology 47,* 153–161.

Smith, H.W., and Halls, S. (1967b). Observations by the ligated intestinal segment and oral inoculation methods on *Escherichia coli* infections in pigs, calves, lambs and rabbits. *Journal of Pathology and Bacteriology 93,* 499–529.

Smith, H.W., and Halls, S. (1967c). Studies on *Escherichia coli* enterotoxin. *Journal of Pathology and Bacteriology 93,* 531–543.

Smith, H.W., and Halls, S. (1968a). The experimental infection of calves with bacteriaemia-producing strains of *Escherichia coli:* The influence of colostrum. *Journal of Medical Microbiology 1,* 61–78.

Smith, H.W., and Halls, S. (1968b). The transmissible nature of the genetic factor in *Escherichia coli* that controls enterotoxin production. *Journal of General Microbiology 52,* 319–334.

Smith, H.W., O'Neill, J.A., and Simmons, E.J. (1967). The immune globulin content of the serum of calves in England. *Veterinary Record 80,* 664–666.

Smith, V.R., and Erwin, E.S. (1959). Absorption of colostrum globulins introduced directly into the duodenum. *Journal of Dairy Science 42,* 364–365.

Smith, Th., and Little, R.B. (1922a). The significance of colostrum to the new-born calf. *Journal of Experimental Medicine 136,* 181–192.

Smith, Th., and Little, R.B. (1922b). Absorption of specific agglutinins in homologous serum fed to calves during the early hours of life. *Journal of Experimental Medicine 37,* 671–683.

Smith, Th., and Little, R.B. (1924). Proteinuria in new-born calves following the feeding of colostrum. *Journal of Experimental Medicine 39,* 303–321.

Smith, Th., and Little, R.B. (1927). Studies on pathogenic *B.coli* from bovine sources. I. The pathogenic action of culture filtrates. *Journal of Experimental Medicine 46,* 123–131.

Smith, Th., and Orcutt, M.L. (1925). The bacteriology of the intestinal tract of young calves with special reference to the early diarrhea (scours). *Journal of Experimental Medicine 41,* 89–107.

Sojka, W.J. (1965). *"Escherichia coli* in domestic animals and poultry." *Commonwealth Agricultural Bureaux,* Farnham Royal, Bucks. England 1965.

South, M.A. (1971). IgA in neonatal immunity. *Annals of the New York Academy of Sciences 176,* 40–48.

Steck, F. (1962). Die Übertragung von Gammaglobulinen auf das neugeborene Kalb mit dem Colostrum. *Schweizer Archiv für Tierheilkunde 104,* 5–29.

Steck, F., Nicolet, J., und Schipper, E. (1971). Aetiologische Untersuchungen über virale und bakterielle Infektionen in Kälber- und Rindermastbetrieben. *Berliner und Münchener Tierärztliche Wochenschrift 84,* 21–24.

Stewart, J., and McCallum, J.W. (1938). White scours in calves and related infections. I. The significance of the vitamin A content of the colostrum as a predisposing factor in the causation of such conditions. *Journal of Comparative Pathology and Therapeutics 51,* 290–295.

Sullivan, A.L., Prendergast, R.A., Antunes, L.J., Silverstein, A.M., and Tomasi, T.B. jr. (1969). Characterization of the serum and secretory immune systems of the cow and sheep. *Journal of Immunology 103,* 334–344.

Sunshine, P., Herbst, J.J., Koldovsky, O., and Kretchmer, N. (1971). Adaptation of the gastrointestinal tract to extrauterine life. *Annals of the New York Academy of Sciences 176,* 16–29.

Taylor, J., Maltby, M.P., and Payne, J.M. (1958). Factors influencing the response of ligated rabbit-gut segments to injected *Escherichia coli. Journal of Pathology and Bacteriology 74,* 491–499.

Tomasi, T., jr., and Bienenstock, J. (1968). Secretory immunoglobulins. *Advances in Immunology 9,* 1–96.

Trainin, Z. (1966). Untersuchungen über die antibakterielle Schutzwirkung eines Rindercolostrum-Serumpools. *Schweizer Archiv für Tierheilkunde 108,* 263–276.

Ulbrich, F. (1954). Serologische Typendifferenzierung und Prüfung toxischer und immunisierender Eigenschaften von *Escherichia* Colistämmen, die von gesunden und von an Coliruhr erkrankten Jungtieren isoliert wurden. *Veterinary Thesis,* PhD, *Berlin* 1954.

Vaerman, J.P. (1970). Studies on IgA immunoglobulins in man and animals. *Medical Thesis,* Louvain 1970.

Végh, P., Takáts, I., and Kováts, T.G. (1970). In vitro neutralization of the *Shwartzmann*-inducing activity of endotoxins by immune serum. *Immunology 19,* 41–46.

Walser, K. (1962). Zur Klinik der Meningitis im Verlauf der Coli-Sepsis des Kalbes. *Berliner und Münchener Tierärztliche Wochenschrift 75,* 321–323.

Walser, K. und Brummer, H. (1967). Experimentelle Untersuchung zur Prophylaxe der Colisepsis der Kälber mit Immun-Gammaglobulin. *Berliner und Münchener Tierärztliche Wochenschrift 80,* 21–25.

Watanabe, T. (1971). Transferable antibiotic resistance in enterobacteriaceae: Relationship to the problems of treatment and control of coliform enteritis. *Annals of the New York Academy of Sciences 176,* 371–384.

Willinger, H. und Mathois, H. (1965). Serologische Typisierung von Colisepsisstämmen beim Kalb. *Wiener Tierärztliche Monatsschrift 52,* 155–159.

Witzke, O. (1965). Erfahrungen aus der Praxis über die Anwendung des Gammaglobulins vom Rind in der Kälberaufzucht. *Tierärztliche Umschau 20,* 541–545.

Wood, P.C. (1955). The epidemiology of white scours among calves kept under experimental conditions. *Journal of Pathology and Bacteriology 70*, 179–193.

Wramby, G. (1948). Investigations into the antigenic structure of *Bacterium coli* isolated from calves. *Veterinary Thesis, Stockholm* 1948.

Zimmermann, G. (1960a). Passive Mäuseschutzversuche mit Human-γ-Globulinen verschieden alter Kontrollnummern und verschiedener Herstellung. *Schweizerische Medizinische Wochenschrift 90*, 801–807.

Zimmermann, G. (1960b). Passive Schutzversuche mit Rinder-Gammaglobulinen. Ein Beitrag zur möglichen Gammaglobulin-Applikation in der Veterinärmedizin. *Monatshefte für Veterinärmedizin 15*, 414–417.

Zimmermann, G. (1961). Passive Mäuseschutzversuche mit Schweine-Gammaglobulinen. *Monatshefte für Veterinärmedizin 16*, 134–137.